ప్రసన్న కథనం

ఏడిద ప్రసన్నలక్ష్మి

(శానాపతి (ఏడిద) ప్రసన్నలక్ష్మి)

Prasanna kathanam
By
Senapathi (Edida) Prasanna Lakshmi

First Edition: Oct/2023

ISBN (Paperback): 978-81-964872-3-2
ISBN (E-Book): 978-81-964872-0-1

Copyright © Senapathi (Edida) Prasanna Lakshmi

Author
S. Prasanna Lakshmi
MIG 49, Sector 1
MVP Colony, Visakhapatnam-530017.
Mail- plsenapathi@gmail.com
Cell – 9492339499

Published By
Kasturi Vijayam,
3-50, Main Road,
Dokiparru Village -521322
Krishna Dist., Andhra Pradesh, India.

Book Available
@
Phone:+91 9515054998
E-Mail: Kasturivijayam@gmail.com
Amazon, flipkart

అంకితం

నా తల్లిదండ్రులైన స్వర్గీయ ఏడిద శ్రీహరి,

సత్యవతి గార్లకు ప్రేమతో ఈ 'ప్రసన్న కథనం'

అంకితం.

సమాజ గమనానికి మార్గదర్శనం చేసే
'ఏడిద ప్రసన్నలక్ష్మి' గారి కథలు

పెబ్బిలి హైమావతి.

రచయిత్రి

సెల్. 9440173840

విశాఖపట్నం

'శానాపతి(ఏడిద)ప్రసన్నలక్ష్మి' కలం పేరుతో వ్రాసే 'ఏడిద ప్రసన్నలక్ష్మి' గారు రచించిన ఈ సంపుటి లోని కథలు చదువుతుంటే... కథా పూదోటలో విహరించినట్లుగా ఉంది. ఈ కథలన్నీ పాఠకుల మనసులను రంజింప జేస్తాయి అనడంలో ఎటువంటి సందేహమూ లేదు.

ఈ కథలన్నీ బహుమతులు గెలుచుకోవడం మరో విశేషం.

చిన్న చిన్న పదాలతో మనసుకు హత్తుకునేలా రాసిన ఈ కథల్లో కొన్ని పాఠకులను ఆలోచనలో పడేస్తాయి. కొన్ని ఆశ్చర్యాన్ని ఆనందాన్ని కలిగిస్తాయి. ఇలా వివిధ రకాల భావాలను ఏక కాలంలో కలిగించారు రచయిత్రి శానాపతి ప్రసన్నలక్ష్మి.

'శ్మశానవాటిక' కథలో పల్లెలోని ముగ్గురు స్నేహితుల జీవిత చరమాంకాన్ని మన కళ్ళ ముందు ఉంచారు. కథ చివరిలో కాటికాపరి వీరభద్రాన్ని అడిగిన ప్రశ్నకు... ఒకప్పుడు పల్లెల్లో జీవకళ ఉండేది... ఇప్పుడు పొలాలన్నీ బీడులై మనుషులు లేని సమాధుల్లా తయారయ్యాయి...క్రమేపీ ఊరంతా ఖాళీ అయిన శ్మశానం లాకనిపిస్తోంది అంటాడు బాధగా. కథ చదివిన ఎవరికైనా కళ్ళు చెమ్మగిల్లక మానవు.

'అలాగే రంగులమయం' కథలో రాజకీయాలలో ఉండే కుళ్ళు కుతంత్రం స్వార్థాన్ని బ్లాకులో సీట్లు అమ్ముకునే నాయకులను ఎండగట్టారు.

'అనుకోని బంధం'లో ఏదో విందులో చాలా కాలం తర్వాత కలిసిన స్నేహితురాలికి కేన్సర్ అని తెలిసి ఆమె బిడ్డ బాధ్యతను తాము తీసుకుంటామని భరోసా ఇవ్వడం... అద్భుతంగా ఉంది.

'మనోనేత్రం' కథలో తల్లి మరణవార్త అక్కకి చెబితే తన చదువు ఆగిపోతుందని చెల్లెలు... తల్లి కేన్సర్‌తో పోరాడుతూ కోమాలోకి వెళ్లాక తల్లి చనిపోతుంది అని తెలిసినా తల్లి ఆశయం నెరవేర్చడం కోసం ట్రైనింగుకు వెళు తుంది అక్క... ఆ అక్కాచెల్లెల్ల అంతరంగం ఆవిష్కరణ బాగుంది.

నేటి కంప్యూటర్ యుగంలో అబ్బాయిలకు పెళ్లి సంబంధాలు కుదరడం ఎంత కష్టంగా ఉంటుందో హాస్యాన్ని మిళితం చేసి చక్కగా చెప్పారు.

వృత్తి దేవోభవ కథలో మల్లేష్ తండ్రి కాటికాపరి. తండ్రి చేసే వృత్తిని ఎంతో అసహ్యించుకునే అతడు విద్యుత్ క్రెమిటోరియంలో అదేపని చేయడం ఈ కథకి కొసమెరుపు.

పరాయి వాడి భార్య పొందుకోరిన అతడికి రఘురాం దంపతులు తగిన గుణపాఠం చెప్పి అతడిలో మార్పుకు కారణం కావడంతో కథ సుఖాంతం అవుతుంది.

'ఆడపడుచు' కథలో తనపుట్టింట్లో తల్లిదండ్రులు వాడిని మంచం, పడక కుర్చీ పెరట్లో చెత్త సామాన్లలో పడి ఉండడం చూసి తల్లిదండ్రులకు అన్నావదినలు విలువ ఇవ్వలేదని బాధపడుతుంది. అదే సమయంలో తమ ఇంట అత్తమామలు వాడిని సామాను అటక దింపించి పాలిష్ చేయించి భర్త మనసును సంతోషపెడుతుంది. ఈకథలో చల్లని పిల్లతెమ్మెర మెల్లగా మనసును తాకినట్టుగా ఉంటుంది ఈసంఘటన.

'మిడిల్ క్లాస్ మల్టీ ప్లెక్స్' కథ సరదాగా ఉన్నట్లు కనిపించినా... ఇవి మధ్య తరగతి కుటుంబాలను ఎలా అవస్థ పెడుతున్నాయో చెప్పే కథ.

అప్యాయతకి లో అర్థాలు ఎలా మారిపోతూ ఉంటాయో చెప్పే కథ. మానవ సంబంధాలు అన్నీ ఆర్థిక సంబంధాలే అని మార్క్స్ మహనీయుడు అన్నమాటలు అక్షరసత్యాలు అని చెప్పిన కథ.

'మususరేసిన మనసులు' కథలో పై చదువుల పేరుతో విదేశాలు వెళ్లి స్థిరపడిన పిల్లలు..వారికోసం తపన పడే తల్లిదండ్రుల ఉదంతం చాలా హృద్యంగా

చెప్పారు. నిజంగానే మనసుకు మసురు పట్టినట్లు అయింది.

'ఆ ఇంట్లో' ఆ రాత్రి కథ మొదలు కాగానే ఇదేదో దెయ్యాలు కథ అనిపిస్తుంది ఎవరికైనా... కానీ కథ ముగింపులో దయ్యాలూ భూతాలు అనేవి అభూత కల్పనలని... మన భయమే మన శత్రువని ఎంతో సందేశాత్మకంగా చెప్పారు ప్రసన్నలక్ష్మి గారు.

'త్యాగ (త్రి) మూర్తులు' అనే కథ మరో ఆణిముత్యం. తన మామగారు భర్త చివరికి తన కొడుకు కూడా ఉద్యమాల్లో చనిపోయినా నిరాశ చెందక తనకి ఉన్న మడిచెక్కను అమ్మి నలుగురు అనాథ పిల్లలకు విద్యాదానం చేయాలని సంకల్పించడం అనేది చాలా గొప్ప విషయం.

అలాగే 'మావూరి మాణిక్యం' కథలో టెక్నాలజీ అభివృద్ధి వలన ఎంత కష్టమైన పని అయినా అవలీలగా చేయవచ్చు అని నిరూపించిన కథ... ఫేస్‌బుక్ ద్వారా అభ్యర్థన పెట్టి తన చదువును పూర్తి చేసి తమ ఊరి బాగుకోసం తపన పడిన గాయత్రి కథ.

'తప్పటడుగు' కథలో తల్లి వారిస్తున్నా వినకుండా తాత్కాలిక ఆకర్షణకు లోనై పెళ్లి చేసుకొని అత్తారింట ఇమడలేక తప్పు చేశానని బాధపడి తల్లిదగ్గరకు వెళతాడు పవన్. తల్లి, వేసిన తప్పటడుగును సరిచేసుకోమని కాపురాన్ని విచ్ఛిన్నం చేసుకోవద్దని హితవు చెప్పి పంపడంతో కథ సుఖాంతం అవుతుంది.

ఈ సంపుటిలోని కథలన్నిటిలోనూ అంతర్లీనంగా సామాజం బాగుండాలి అనే తపన, ఒక సందేశం స్పష్టంగా కనబడుతోంది. ఇప్పుడు ఉన్న పరిస్థితులలో ఇలాంటి కథలు సమాజానికి ఎంతో అవసరం. సమాజం పట్ల ప్రేమతో జీవన విలువలకు పెద్దపీట వేసి రచనలు చేస్తున్న ప్రసన్నలక్ష్మి గారు ముందు ముందు ఇంకా మంచి రచనలు చేయాలని మనసారా ఆకాంక్షిస్తున్నాను.

అభినందనలతో...

పెబ్బిలి హైమావతి.

విశాఖపట్నం

నేనూ – నా సాహిత్యం

నా పేరు శానాపతి ప్రసన్నలక్ష్మి. 1986 నుంచి 'ఏడిద ప్రసన్నలక్ష్మి' పేరుతో రచనలు చేయడం ప్రారంభించాను. 1988 లో వివాహం జరగడంతో... అత్తింటి పేరును కలుపుకుని... శానాపతి(ఏడిద) ప్రసన్నలక్ష్మి పేరుతో చాలా రచనలు చేసాను. నేను వ్రాసే ప్రతి కథ వెనుకా అన్నయ్య 'ఏడిద గోపాలకృష్ణ మూర్తి' ప్రోత్సాహం ఉంది.

నా మొదటి రచన 1986 జూలై 6న ఆంధ్రభూమి వారపత్రికలో ప్రచురించబడింది. అప్పటి నుంచి రచనలు అడపా దడపా రచనలు చేసిననూ, వివాహం తర్వాత కొన్ని బాధ్యతల వల్ల... 1990 నుంచి రచనల్లో వెనుకబడ్డాను. మళ్ళీ 2016 నుంచి రచనలు ఎక్కువగా చేస్తూ... అంతర్జాల పత్రికలకు వ్రాస్తున్నాను. నిజానికి వీటికి వ్రాయడం వల్ల ఎక్కువ మంది పాఠకులకు చేరే అవకాశం ఉంది. కథలపై సమీక్షలు ఎప్పటికప్పుడు తెలుస్తూ ఉండటంతో ఎంతో ఆనందం కలుగుతుంది.

నా కథ ఎక్కడ ప్రచురించబడింది అనేకంటే... ఎక్కువమందికి చేరాలన్నదే నా ఆశయం. ఆ ఆశయంతోనే... అంతర్జాల పత్రికలకు వ్రాయడం అభిరుచిగా మారిపోయింది. నేటి కాలంలో పత్రికలు తగ్గిపోవడంతో... ఎప్పటికి మనకథలు వెలుగు చూస్తాయో కూడా తెలీదు.

అంతర్జాల పత్రికల్లో వెలుగుచూసి బహుమతి పొందిన కథలు కొన్ని నా ప్రసన్న కథనం సంపుటిలో చదివి అందరూ ఆదరిస్తారని కోరుకుంటున్నాను!

ప్రసిద్ధ రచయిత్రి శ్రీమతి పెబ్బిలి హైమావతి గారు ప్రసన్న కథనాన్ని...గురించి ఎంతో ఓపిగ్గా చెప్పిన సమీక్ష చదివాక, చాలా గర్వంగా అనిపించింది. వీరికి హృదయపూర్వక ధన్యవాదాలు.

శానాపతి ప్రసన్నలక్ష్మి

(శానాపతి (ఏడిద)ప్రసన్నలక్ష్మి)

విశాఖపట్నం

సెల్ : 949233949

కథల వరుస

మా పూజ్యులు అవతార్ మెహెర్ బాబా గారికి ఎడమ వైపు

ఏడిద సత్తిరాజు గారు (మా తాత గారు)

ఏదిద ప్రసన్నలక్ష్మి

శ్మశానవాటిక

ఆ ఊరు దుర్గాపురం...!

కాలవగట్టు మీదుగా నడుస్తూ... ఆ పక్కనే ఉన్న శ్మశానం వైపు చూసాడు వీరభద్రం. అక్కడ దృశ్యం కళ్ళకు కనిపిస్తూనే ఉందతనికి...

శవం కాలుతున్న వాసన. మండుతున్న కట్టెల నుంచి పొగ మసిబారుతూ పైకి వెళ్ళడం... అక్కడ గుమిగూడిన శవం తాలూకు బంధుమిత్రుల గుంపు... ఆకాశంలో పచార్లు చేస్తున్న రాబంధులు. ఇలా వారానికి రెండో మూడో శవాలు తగలడ్డం చూస్తూనే ఉంటాడు.

ఆవిధంగా చూసిన ప్రతిసారీ... వీరభద్రం మనసు మసకబారుతూనే ఉంటుంది. గుండె చెరువైన వేదన కలుగుతూనే ఉంటుంది. ఏదో తెలియని వెలితి వెంటాడుతూనే ఉంటుంది.

ఆ ఊరి మనుషులపై మమకారం అలాంటిది. తనలా ఆ ఊర్లో మిగిలామనుకున్న తోటివారు అక్కడ కనుమరుగవుతూ మనిషి జాడ కరువవుతూ ఉండటంతో... తనకు తోచిన విధంగా రోజు గడపడం అలవాటు చేసుకున్నాడు. 'ఊరు పొమ్మన్నప్పుడు... నేనూ ఈ కాటికే కదా వచ్చేది' అనుకుంటూ భారంగా నిట్టూర్చాడు వీరభద్రం.

ఒకప్పుడు పల్లెల్లో జీవకళ ఉండేది. ఇప్పుడదంతా టౌనులకు, నగరాలకు, విదేశాలకు వలసపోయింది. ఇప్పుడు కనిపిస్తున్నదంతా... 'శ్మశాన వైరాగ్యమే' అని అతని భావన.

ఇంటికొచ్చి... పెరట్లోని బావి దగ్గరకు పోయి నాలుగు చేదలు నీళ్లు దిమ్మరించుకుంటేనే గానీ మనసు కుదుటపడలేదు. భార్య పోయాకా ఆ ఇంట్లో

ఒంటరివాడయ్యాడు. పిల్లలు కూడా నగరవాసులై... ఈ పల్లె జీవితాన్నే మర్చిపోయారు. ఎప్పుడైనా ఓపికుంటే తానే వెళ్లి కొడుకుల్ని, కోడళ్లనీ, మనుమల్ని చూసొస్తూ ఉంటాడు. అంత పెద్దింట్లో తానొక్కడే ఉండటం కష్టంగానే వున్నా.. అలవాటు చేసుకున్నాడు. దండెంపై తడి తువ్వాల్ని ఆరేసి ... భుజంపై కండువాను దులుపుకుంటూ లోనికొస్తుంటే... తనకు వంట చేయడానికి వచ్చే పాలేరు భార్య సుబ్బమ్మ అప్పటికే వంటచేసి వెళ్లిపోతూ ఎదురయ్యింది.

"అయ్యగారూ... రాఘవయ్యగారికి సుస్తీ సేసినట్టుంది. రెండు దినాలుగా లెగడం లేదు. మంచంపై నీరసంగా అలాగే పడున్నారు." వీరభద్రానికి ప్రాణ స్నేహితుడు కావడంతో ఆ విషయం చెప్పి... హడావిడిగా తన పనుల్లోకి వెళ్లిపోయింది.

ఆవార్త విన్న... వీరభద్రం ఒక్కసారిగా ఉలిక్కిపడ్డాడు.

'అయ్యో.... శ్రీరామచంద్రా. ఏమిటీ విపత్తు...? అసలే కొడుకులిద్దరూ దూరంగా ఎక్కడో వున్నారు. డాక్టర్కి చూపించుకున్నారో లేదో...?' మనసులో ఏదో శంక పీకుతూ ఉంటే... ఒకసారెల్లి చూసి రావాలి అనుకున్నాడు. అలా అనిపించగానే... ఇక ఆలస్యం చేయకుండా... బట్టలు మార్చుకుని రాఘవయ్య ఇంటికి బయలుదేరాడు.

కాలినడకన బయలుదేరిన వీరభద్రానికి... రెండేళ్ల క్రితం వయసైపోయి చనిపోయిన మరో స్నేహితుడు చలపతి ఇల్లు ఎదురవ్వడంతో...ఎంతో మమకారంతో ఆ ఇంటివైపు చూసాడు.

ఒకప్పుడు ఎంతో కళకళలాడుతూ మెరిసిపోయిన ఆ ఇల్లు ఇప్పుడు ఏ కళాకాంతీ లేకుండా వెలిసిపోయి... గోడలపై రావిమొక్కలు మొలిచాయి. ఇంటికప్పు పైనున్న బంగాళాపెంకులు అక్కడక్కడ ఊడిపోవడంతో దూలాలు బయటకు తొంగిచూస్తున్నాయి. పిల్లల గుంపొకటి చక్కర్లు కొడుతూ ఇష్టారాజ్యంగా తిరుగుతున్నాయి. శిథిలానికి సిద్ధమవుతున్న వాడి ఇంటి పరిస్థితిని చూస్తుంటే...కళ్లు తడిబారాయి వీరభద్రానికి. ముచ్చటగా ముగ్గురు కొడుకులు సంతానం ఉండి

కూడా... ఏ ఒక్కరూ ఆ ఇంటి పట్టున కాపురం చేయలేదు. పెద్దకొడుక్కి చదువబ్బలేదు. కొన్నాళ్లు తండ్రితో వ్యవసాయ పనులు చేసినా గానీ... పెళ్లె పిల్లలు పుట్టడంతో... వారిని టొనుకు పోయి కాన్వెంట్లో వేసి చదివిద్దామని కోడలు మంకుపట్టు పట్టడంతో... అక్కడకెళ్లి మకాం పెట్టారు. రెండో వాడు డిగ్రీ వరకూ చదివి బ్యాంక్ టెస్టుల్లో పాసవ్వడంతో బ్యాంకుద్యోగం రావడం ... భార్యా పిల్లల్నేసుకుని ఊరూరూ తిరుగుతూ ఈ పల్లెనే మర్చిపోయాడు. ఇక మూడో వాడు చిన్నవాడవ్వడంతో... వాడి కోరిక మీదట ఇంజనీరింగ్ చదివించినా... ఎమ్మెస్ చేస్తానంటూ విదేశాలకు వెళ్లి అక్కడ తెల్లమ్మాయిని పెళ్లిచేసుకుని అక్కడే పౌరసత్వం తీసేసుకున్నాడు. చలపతి కంటే ముందు పుణ్యస్త్రీగా అతని భార్య పోవడంతో ఒంటరి వాడయ్యాడు. ఆ బెంగతో ఆరోగ్యం క్షీణించి ఈ లోకాన్ని విడిచివెళ్లిపోయాడు. ఆతర్వాత... ఉన్న పొలాల్ని అమ్మేసుకుని ఎవరి దారి వారు చూసుకుంటూ... శాశ్వతంగా ఆ ఊరు నుంచి దూరంగా వలస వెళ్లిపోయారు. ఇంకా ఈ ఇల్లు ఇలా అమ్ముడవ్వకుండా మిగిలిపోయిందంటే... ఆ ఇంట్లో చలపతి ప్రాణాలు వదిలేయడం వల్ల ఏవో దుష్ట శక్తులుంటాయని ఆ ఊరోళ్ల మూఢనమ్మకం.

వీరభద్రం తలపుల్లో చలపతి వుండగానే... రాఘవయ్య ఇల్లు రావడంతో లోనికి వెళ్ళాడు.

మంచానికి అతుక్కుపోయి... చిక్కిశల్యమై పడున్నాడు.

"ఒరేయ్...రాఘవా...!" అని పిలిచాడే గానీ వీరభద్రం గొంతు బాధతో పూడుకుపోయింది. తన గొంతులోనే జీరగా ఉండిపోయిందామాట. ఏవో చిన్నచిన్న వైద్య చిట్కాలు తెలిసిన వాడవ్వడంతో చేతితో అతని నాడిని పట్టుకుని చూసి...కొంచెం కంగారు పడ్డాడు.

మనలోకంలో లేనట్టు... చిన్నగా గురక పెడుతున్నాడు. ఆ గురక వచ్చిందంటే... శ్మశానంలోని గబ్బిలాలు, తీతువ పిట్టలు అదేపనిగా అరుస్తున్నట్టుగా మనసుకేదో భావన కలుగుతూ ఉంటుంది వీరభద్రానికి.

గోడవారగా... నేలపై చతికిలబడి భర్తవైపు గాభరాగా చూస్తుంది అతని భార్య గోవిందమ్మ.

"అసలేమైంది చెల్లెమ్మా....! ఉన్నట్టుండి ఈ సుస్తీ ఏంటి? ఎప్పటినుంచి?" అయోమయంగా అడిగాడు.

"ఏమో... అన్నయ్యా...! రెండు దినాల క్రితం బుర్రలో నరాలు లాగేస్తున్నాయి అన్నారు. ఆరోజు నుంచీ విశ్వాన్ని, సూర్యాన్ని చూడాలనుందని పదేపదే అనేవారు. ఫోన్లో ఏం మాట్లాడుకున్నారో ఏమో...? మనం వాళ్ళని చూడాలనుకోవడం మన భ్రమంతే. ఇదిగో అదిగో అనడమే గానీ... వాళ్ళొచ్చి ఐదేళ్లు దాటిపోయింది. అంటూ వాళ్ళని అదేపనిగా తలుచుకున్నారు. వాళ్ళేమో... ఉద్యోగాలు, పిల్లలతో ఎప్పుడంటే అప్పుడు రావడానికి అవ్వదంటూ వుంటారు. అంతగా అయితే మమ్మల్నే అక్కడకు రమ్మంటారు. వాళ్ళుండేది పక్కన లేదుగా. మేమంత దూరాలు సులువుగా తిరిగేసే వయసా చెప్పండన్నయ్యా...? కొడుకులపై బెంగతో ఎక్కువగా ఆలోచించారనిపించింది. ఆరోజు పడుకున్నప్పటి నుంచీ... నిద్రలో కూడా వాళ్ళనే కలవరించారు." అంటూ భర్త గురించి చెప్పి కళ్ళు ఒత్తుకుంది గోవిందమ్మ.

వీరభద్రానికి... రాఘవయ్య పరిస్థితి అర్థమయ్యింది. గోవిందమ్మ దగ్గర నుంచి కొడుకుల ఫోను నంబర్లు తీసుకుని... వరండాలోకి వెళ్లి ఫోన్ చేసాడు. దేవుడా....ఈ దీపం కాడిగొట్టక ముందే.... కొడుకులిద్దరూ ఇల్లు చేరేలా చూడు తండ్రీ అంటూ మనసులోనే దణ్ణం పెట్టుకున్నాడు.

★★★

రాఘవయ్య చనిపోయి మూడవరోజు. చిన్న కార్యం చేయడానికి శ్మశానం దగ్గరకు చేరారు కొడుకులిద్దరూ. అక్కడ నిర్వర్తించాల్సిన కార్యక్రమం... తండ్రికి పిండం పెట్టి దహనమైన రాఘవయ్య శరీరంలోని అస్తికల్ని బూడిదలోంచి ఏరుకుని... కాశీలో కలిపిరావడానికి ఆరోజే ప్రయాణం పెట్టుకున్నారు.

వారితో పాటూ శ్మశానం వరకూ వెళ్లిన వీరభద్రానికి... అక్కడ తతంగ మంతా చూస్తుంటే... గుండె గుబులైపోయింది. ఆరడుగుల జాగాలోని మట్టిలో

కలిసిపోయి భూదేవి ఒడిలో తలదాచుకున్నాడు. అక్కడ వాడి తాలూకూ అస్తికలు తప్పించి మరేం మిగలాయని...?

బ్రాహ్మడు రాఘవయ్య ఆత్మకు శాంతి పూజ చేయించి... అతనికిష్టమైన వంటకంతో పిందం పెట్టించాడు కొడుకులతో. ఆ పిందం తినడానికి చనిపోయినవారు కాకి రూపంలో ఎదురుచూస్తూ ఉంటారంట. అక్కడ కావుకావు మంటూ కొన్ని పదుల కాకులున్నా... ఒక్క కాకి కూడా ముందుకు రావడం లేదు. కొడుకులు పిందాన్ని దగ్గరకు తీసుకెళ్లి పెడుతున్నా... అక్కడ నుంచి ఎగిరిపోతున్నాయి. తప్పించి... వాసనైనా చూడటం లేదు. ఇక చూసి చూసి... తిన్నప్పుడే తింటాయని వదిలేసారు. ఆ తంతంతా ముగిశాక తండ్రి ఆస్తికలున్న ముంతను పట్టుకుని బయలుదేరారు.

"మీరు వెళ్ళండి... నేనిక్కడే కొంచెంసేపు కూర్చుంటాను" అని వారికి చెప్పి... అక్కడే ఓచెట్టు కింద కూర్చున్నాడు వీరభద్రం.

పిందాన్ని ముట్టలేదంటే... రాఘవయ్య ఆత్మ ఎందుకో ఇంకా క్షోభిస్తుందనిపించింది. ఇష్టమైన వారు పెడితే వెంటనే వచ్చి తింటాయని ఎవరో ఎప్పుడో అనుకున్న మాట గుర్తొచ్చింది. కాన ఊపిరితో ఉన్నప్పుడైనా... కొడుకులు వచ్చి 'నాన్నా' అని పిలిచుంటే... ఆగొంతు వినైనా... తృప్తిగా తనువు చాలించేవాడేమో. ఆ అసంతృప్తితోనే ప్రాణాలు విడిచుంటాడు. అందుకేనేమో... కొడుకులెంత పిలిచి పిందం పెట్టినా... ఏ కాకీ రాలేదు. ఆక్షణం వీరభద్రయ్య బుర్రకు ఏదో స్ఫురించి అక్కడ నుంచి లేచి రాఘవయ్యను దహనం చేసిన చోటును దాటుకుంటూ వెళ్ళాడు. అక్కడ కొడుకులు వదిలెళ్లిన పిందాల్ని కాకులకు చూపిస్తూ...

"ఒరేయ్...రాఘవా...! నేను వీరభద్రాన్నిరా. నీకోసమే ఇక్కడకు వచ్చాను. ఎప్పటిలాగే నీతో కొంచెం సేపు గడిపి వెళ్దామని ఉండిపోయాను. నువ్వు పిలిచిన వెంటనే... నీపిల్లలు రాలేదనేగా, వాళ్ళు నీకు పెట్టిన పిందాన్ని తినడానికి నిరాకరించావు. ఒద్దరా... ఇందులో వాళ్ళ తప్పేం ఉందని...? రోజులు అలా మారిపోయాయి. ఈ పచ్చటి పైరుల్ని, ప్రకృతిని కాదని... క్షణం తీరికలేకుండా సంపాదన కోసమో... తాత్కాలిక ఆనందాల కోసమో... యంత్రాల్లా పనిచేస్తూ

జీవిస్తున్నారు. వాళ్ళెక్కడ బ్రతికినా... కుటుంబంతో వాళ్ళ బ్రతుకు వాళ్ళు సంతోషంగా గడిపితే చాలని నువ్వే నాతో ఎన్నోసార్లు అన్నావు. నీ దగ్గరకు ప్రయాణమై వస్తుండగా దారిలో వారికెన్నో జాప్యాలు జరిగాయి. అందుకే నిన్ను చివరి క్షణంలో అయినా పలకరించలేపోయారు. ఆ దిగులు పిల్లల మనసుల్లో మాత్రం వుండదంటావా...? బ్రతికున్నప్పుడే వాళ్ళని నిండు మనసుతో మన్నించావు. ఇక చచ్చేకా వారిపై అలిగి సాధించేదేముంది...? నీ స్నేహితుడిగా పెడుతున్నాను. ఈ పిండాన్ని కాస్త ఎంగిలిచేసి పోరా...” అంటూ... వీరభద్రయ్య ప్రార్థించేసరికి... ఎక్కడ నుంచి వచ్చిందో...? రివ్వన ఎగురుకుంటూ వచ్చిందో కాకి.

అరటి ఆకులోని పిండాన్ని ముక్కుతో పొడుచుకుంటూ తింటుంటే... అస్పష్టంగా రాఘవయ్యను చూసినట్టే అయ్యింది. ఆ దృశ్యం చూసిన వీరభద్రయ్యకు ఎంతో తృప్తనిపించింది. చెమర్చిన కళ్ళను భుజం మీది కండువాతో ఒత్తుకున్నాడు. అలా అక్కడే స్నేహితుడిని తలచుకుంటూ... ఎంతసేపుండిపోయాడో వీరభద్రానికి తెలియనేలేదు.

"బాబయ్యా...! పొద్దు గూకుతుంది. మీరొచ్చి చానాసేపయ్యింది.” అంటూ ఆ శ్మశాన కాటికాపరి సోములొచ్చి పలకరించాడు.

అతని మాటతో... ఈలోకం లోకి వచ్చాడు వీరభద్రం.

ఇక వెళ్ళదానికి లేచి... వెళ్తూ వెళ్తూ దహనం చేసిన చోటును మళ్ళీ ఒకసారి పరికించి చూసి... ఆ సోములుతో అడుగులేయడం మొదలుపెట్టాడు. "బాబయ్యా...! మిమ్మల్నో మాటడగాలని ఉంది. అడగమంటారా...?”

ఏమంటారో అనే సంశయంతో అడిగాడు.

“పర్లేదు... అడగరా !” అని వీరభద్రం అనడంతో....

“ఈ కట్టెముక్కలు, కుండపెంకులు, బూడిద కుప్పలు, పుర్రెలు, ఎముకలు ఇలాటివన్నీ ఈభూమ్మీద కనిపిత్తాయి. కాకులు, గద్దలు, గబ్బిలాలు, తీతువ పిట్టలు ఆపైకి సూత్తే కనిపిత్తాయి. ఇలాటి చోటికి మీరెన్నోమార్లు రాడం నాను సూత్తునే

వున్నాను. కాటికాపరినైన నాకే... ఈచోటు సూత్తుంటే యావగింపేస్తుంది. మీకేదీ అనిపీయడం లేదా...?

అసలెందుకు మీరిలా మాటిమాటికీ వత్తున్నారో సెలవీయండి బాబూ...!" ఎప్పటినుంచో అడగాలనుకుంటున్న మాటను వీరభద్రాన్ని అడిగేసాడు సోములు.

బ్రతుకుండగానే బంధాన్ని పెంచుకున్నాను. ఊళ్ళో మనిషితో మనిషొచ్చి మాట్లాడేవాళ్ళే కరువవ్వడంతో ఇక్కడకు వస్తూ... చనిపోయిన ఆత్మీయుల్ని మనసుతో చూస్తున్నాను... మనసుతో మాట్లాడుతున్నాను.

ఏముంది ఈపల్లెల్లో అనే భావంతో... నేటి తరమంతా మాలాంటి తరాన్ని కాదనుకుని... ఎక్కడెక్కడికో వలసపోతున్నారు. పుట్టి పెరిగిన ఈ ఊరునీ, మట్టినీ వదిలెళ్ళలేక నాలాంటి వారంతా వయసు పైబడి ఈపల్లెల్లోనే పండిపోతున్నాము. నేడు ఈపల్లెల్లో యువతనే తోడు కరవై సేద్యం చేసేవాళ్ళు లేక పచ్చటి పల్లెలు కూడా ఎండిపోతున్నాయి. నేనున్నప్పుడైనా రాని నా పిల్లలు నేను పోయాకా ఇక్కడకు వచ్చి ఉంటారన్న ఆశ నాకు ఏ కోశానా లేదు.

ఇప్పటికే చాలా ఇళ్ళు మనుషుల్లేక వారి జ్ఞాపకాలతో సమాధులయ్యాయి. ఇక నాలా మిగిలిపోయిన వారమంతా ఏ క్షణం ఎలా కొడిగడతామో మాకే తెలియని పరిస్థితి. ముున్ముందు... ఊరు కూడా ఖాళీ అయిపోయి ఈ శ్మశానవాటికలాగే కనిపిస్తుందనడంలో సంశయం లేదు."

ఆ శ్మశాన ఆవరణ దాటుతూ... కాలవ గట్టుమీదుగా ఊర్లోకి వడివడిగా వెళ్తున్న వీరభద్రం కేసి... విస్మయంగా చూస్తూ ఉండిపోయాడు... కాటికాపరి సోములు!.

–(తెలుగుతల్లి కెనడా మాసపత్రిక, ఏప్రిల్ 2021లో బహుమతి పొందిన కథ)

రంగులమయం

ఎన్నికల సమయం వచ్చింది...

చంటినాయుడు మెదడు ఒకటే దురదగా వుంది. తాను ఈసారి ఎమ్మెల్యే పదవి కోసం ఎన్నికల్లో పోటీ చేయాలని. పదవుల కోసం పోటీ పడ్డం తనకేమీ కొత్తకాదు. గత పదేళ్లుగా... తను నమ్ముకున్న పార్టీ కోసం పాట్లు పడుతూనే వున్నాడు. ఈసారి గనుక ఎలక్షన్లో నుంచుంటే... గెలుపు ఖాయమనే నమ్మకంతో... ఉవ్విళ్లూరుతూనే ఉంది మనసంతా.

ఒకానొక మంచి సమయం చూసి... భార్య మూడ్ లో వున్నప్పుడు... ఆమెకు చెప్పాలనుకున్నాడు.

ఆ సమయం తరుణించడంతో...

"ఒ సేయ్... రాజ్యం ఇటు రావే" భార్యను ప్రేమగా పిలిచాడు

చంటినాయుడు.కూనిరాగాలు తీస్తూ... వంటగదిలో వంట చేస్తున్న రాజ్యం భర్త పిలుపుని... ఖాతారు చేయలేదు. "ఒ సేయ్ రాజ్యం నిన్నే పిలిచేది.ఒసారి ఇటొచ్చి కూర్చోవచ్చు కదా...!" ఈసారి అతని గొంతులో ప్రేమతో పాటూ అభ్యర్థన కూడా ధ్వనించడంతో ఆమెకు మనసు చలించింది. స్టవ్ ఆఫ్ చేసి... చేతులు తుడుచుకుంటూ... భర్త దగ్గరకు వచ్చింది.

"నాపని ఆపుచేయించి మరీ అంత ఇదిగా పిలుస్తున్నారు. ప్రొద్దుటే మీరు చెప్పే మాటలు వింటూ కూర్చోదానికి నాకేమీ పనులు లేవనుకుంటున్నారా ఏంటి..?" వంట పని పూర్తిచేసి... ఇంకా బోలెడు పనులు చక్కబెట్టుకోవాలి. అదేమిటో త్వరగా

చెప్పండి." ఆ పక్కనున్న కుర్చీలో కూలబడింది రాజ్యం. "మరేంలేదే... ఈసారి జరగబోయే ఎలక్షన్లో ఎమ్మెల్యే గా పోటీ చేద్దామనిపిస్తుంది. దానికి నువ్వేమీ భయపడాల్సిన పనేమీ లేదు...." భర్త చెప్పడం పూర్తికాకుండానే... దిగ్గున లేచింది రాజ్యం.

"వద్దండీ... ఈ రాజకీయాలు మనకు సరిపడవని... మీకెన్నోమార్లు నెత్తినోరూ కొట్టుకుని చెప్తూనే వున్నాను. మీకు ఇంత జరిగినా... బుద్ధి రాలేదు. మీకు పాడీ పంటా ఉంది కదాని... పది ఎకరాల భూమిచ్చి నన్ను మీకు కట్టబెట్టారు మావాళ్ళు. మీ తల్లిదండ్రులు మీకిచ్చిన ఆస్తినంతా ఈ పార్టీ వాళ్ళకే ఖర్చు పెట్టి ఆర్పేశారు. ఇన్నేళ్ళలో ఎప్పుడూ కూడా చిన్న కార్పొరేటర్ పదవి కూడా మీకు రాలేదు. చింత చచ్చినా పులుపు చావలేదు మీకు. మా పుట్టింటోళ్ళు నాకిచ్చిన భూమిని కూడా పార్టీకి ఖర్చుపెట్టేయాలనే కదా మీ ఉద్దేశ్యం. ఆ పప్పులేమీ ఉడకవు. అదైనా ఉండనిస్తే... పెళ్ళీడుకొచ్చిన కూతురుకి కొద్దిలో కొద్దయినా మంచి సంబంధం చూడగలం." మీ ప్రయత్నం విరమించుకోండి అన్నట్టు... భర్తకు మరో మాట అవకాశమివ్వకుండా విసవిసా వంటగదిలోకి వెళ్ళిపోయింది రాజ్యం. ‖

భార్య వేసిన చురకకి... తల పట్టుక్కూర్చున్నాడు చంటినాయుడు. తాను చెప్పదలుచున్నది చెప్పకుండానే... క్లాసు పీకించుకున్నాడు. ఎలాగైనా... ఈరాత్రి పడగ్గదిలోనైనా... తాను ఎమ్మెల్యే అవ్వడానికి అవకాశం ఉందని భార్యకు అర్థమయ్యేలా చెప్పాలనుకుంటూ... అక్కడనుంచి లేచి వెళ్ళిపోయాడు.

అటుగా లేచి వెళ్ళిపోతున్న... భర్తను చూస్తే జాలేసింది రాజ్యానికి. భర్త మంచి పదవిలో కూర్చుంటే... తనకు మాత్రం గౌరవం కాదూ... ఆ హోదా, ఆ రీవి రావాలంటే పెట్టి పుట్టాలి. అలాగని... ఉన్నది కాస్తా తరిగిపోతుంటే... చూస్తూ ఎలా కూర్చోగలను...? గట్టిగానే బుద్ధి చెప్పానని అనుకున్నా... ఆ క్షణమెందుకో భర్తపై జాలేసిందామెకు.

రాజకీయాల్లో పైకి రావాలని భర్తకున్న ఇష్టానికి... ఎన్నో పూజలు చేసింది. నోములు నోచింది. పార్టీ తనని గుర్తించి ఎప్పటికైనా మంచి సీట్ ఇవ్వకపోతుందా అనే విశ్వాసం తో... పార్టీకి భర్త చేస్తున్న సేవలు అంతా ఇంతా కావు. తమ ఆస్తినంతా

ధారపోసి... నాయకులకు వత్తాసు పలికినోళ్ళలో తన భర్త ఎందులోనూ తీసిపోడు. అనవసరంగా భర్తపై మాట జారాను. అసలు ఆయన ఉద్దేశ్యం ఏమిటో కూడా వినకుండా మధ్యలోనే అడ్డపడ్డాను. ఏం చెప్పాలనుకున్నారో ఏమో...? ఒకవేళ... ఆయనది అదే గట్టి నిర్ణయం అయితే... సున్నితంగా త్రోసిపుచ్చాలి.' మనసుని శాంత పర్చుకుంది రాజ్యం.

ఆరాత్రి పడగ్గదిలోకి వెళ్ళాక... ఉదయం భర్త కదిపిన విషయాన్ని మళ్ళీ చెప్పమంటూ కదిపింది.

చంటినాయుడుకి తెల్సు... భార్య ఆవేశం ఎంతోసేపు ఉండదని. మళ్ళీ తానే వచ్చి పలకరించి తనని చల్లబరుస్తుందని. ఆ ధైర్యంతోనే... ఇన్నాళ్లు తన ఆటలు సాగాయి.

భార్యను చేయి పట్టుకుని కూర్చోబెడుతూ...” ఈసారి నే చెప్పేది పూర్తిగా విను. విన్నాక నువ్వే నాకు పూర్తి సపోర్ట్ చేస్తావు. మధ్యలో మాత్రం అడ్డ పడకు” అంటూ చిలిపిగా వార్నింగ్ ఇచ్చాడు. “అలాగే స్వామీ తప్పుతుందా” అంటూ... భర్త పక్కన చోటు చేసుకుంటూ... వినడానికే సిద్ధపడింది.

“నేను చెప్పేది ఏమిటంటే... నేనీసారి ఎలక్షన్లో నుంచున్నా... ఒక్కపైసా కూడా ఖర్చుపెట్టాల్సిన అవసరముండదు.”

భర్త మాటలు పెద్ద విడ్డూరంగానే అనిపించింది. 'చాల్లెండి చెప్పొచ్చారు’ అని అందామనుకుంటూనే... అడ్డు తగలొద్దని ముందుగానే భర్త చెప్పడంతో... మొఖంలోనే ‘అదెలా’ అన్నట్టు ముఖకవళికలోనే క్వశ్చన్ మార్క్ చూపించేసింది.

"ఇలా ఊహించి ఎందుకు చెప్తున్నానంటే... నాకు బుర్రలేక కాదు. ప్రస్తుతం అధికారంలో ఉన్న ప్రభుత్వం ప్రజలకి బిస్కెట్లు వేస్తూనే ఉంది కదా. ఓటుకి నోటు అనేది చట్టవిరుద్ధమైన పని కాబట్టే... తెలివినుపయోగించి... చట్టబద్ధమైన పనిగా ప్రజలకి ఎన్నో పధకాల పేర్లతో వారి బ్యాంక్ ఖాతాల్లో డబ్బులు గుమ్మరిస్తూనే ఉంది. ఈ ఎలక్షన సమయాన్ని ఎలా ఉపయోగించుకోవాలో బాగా పట్టు తెలిసిన ప్రభుత్వం కాబట్టే... అత్యధిక మెజారిటీతో మళ్ళీ అధికారం లోకి రావడం ఖాయం. అందుకే...

ఈసారి ఈపార్టీ నుంచి పదవి కోసం టిక్కెట్టు సంపాదించానంటే... పైసా కూడా ఖర్చు పెట్టకపోయినా... వంద శాతం గెలిచే చాన్స్ ఉంది." భార్యకు విడమర్చి చెప్పేసరికి... ఆమె ముఖం కూడా విప్పారింది.

భర్త భుజంపై తల పెడుతూ... "మీరు చెప్పింది విన్నాక... ఎందుకో మనకీ మంచిరోజులు వస్తాయనిపిస్తుంది. ఈసారి తప్పకుండా మీ ప్రయత్నం నెరవేరుతుందండీ" అంటూ భర్తకు భరోసా ఇచ్చింది రాజ్యం.

హైద్రాబాద్ వెళ్ళాడు చంటినాయుడు..

ముందుగానే పార్టీ ప్రెసిడెంటుని కలిసి... ఎమ్మెల్యే టిక్కెట్టు తనకి ఇవ్వవలసిందిగా కోరడానికి. విజిటర్స్ రూమ్ లో కూర్చుని వెయిట్ చేస్తున్న అతన్ని లోపల నుంచే చూసింది ప్రెసిడెంటుగారి భార్య అంజనీదేవి.

ఆమె కొంచెం కలుపుగోలు మనిషి, రాజకీయ తత్వం తెలిసిన మనిషి కావడంతో... భర్త ఇంట్లో లేరనే విషయం చెప్పడానికే... "ఓహ్... మీరా చంటినాయుడు గారు...! లోపలికి రండి." అంటూ... విశాలంగా ఉన్న పెద్ద హాల్లోకి రమ్మని పిలిచి కూర్చోమంది.

"ప్రెసిడెంటు గారు లేరామ్మా...?" వచ్చిన పని గురించి విన్నవించుకోవాలనే ఆత్రుతతో అడిగాడు.

"ఆయన పనిమీద ఢిల్లీ వెళ్లారు. రేపు సాయంత్రానికి గానీ రారు. వచ్చిన పని చెబితే ఆయన వచ్చాక చెప్తాను." అంటూ... సర్వెంట్ కి కాఫీ తెమ్మంటూ ఆర్డర్ వేసింది.

చంటినాయుడుకి తెలుసు... ఆవిడ అండదండలతోనే ఆవిడ భర్త రాజకీయాల్లో ఎదిగాడని. ఆవిడతో వచ్చిన విషయం చెబుదామా వద్దా అనుకుంటూనే... చెప్పడానికే సంసిద్ధుడయ్యాడు.

"మరేం లేదు అంజనీ గారు...! ఇప్పటివరకూ.. రెండు మూడు సార్లు పదవి కోసం పోటీచేసి ఓడిపోయిన మాట మీకూ తెలుసు. ఈసారైనా...నా అదృష్టం పరీక్షించుకోవాలని. ప్రెసిడెంటు గారిని పార్టీ టిక్కెట్టు నాకే ఇప్పించమని అడుగుదామని వచ్చాను." ఇందులో నసుగుడు ఏముందని వచ్చిన విషయం టూకీగా చెప్పేసాడు.

అంజనీ దేవి... అతని రాకకి కారణం ముందుగానే పసిగట్టి... విషయం రాబట్టాలనే ఏమీ ఎరగనట్టుగా అడిగింది.

అతను చెప్పింది విన్నాక...”మీరు భలే తెలివైన వారు చంటినాయుడు గారు. ఈసారి కూడా అధికారం లో ఉన్న పార్టీయే తప్పకుండా గెలుస్తుందనేగా మీ నమ్మకం. మీలాగే ఇలాంటి నమ్మకంతో వచ్చిన వాళ్ళు చాలా మందే వున్నారు. అందరికీ మేము చెప్పే మాట ఒక్కటే నాయుడు గారు...! ఈ ఎమ్మెల్యే పదవికి పోటీపడ్డానికి టిక్కెటుకోసం వచ్చిన వారిలో మీరు పదోవారు. వాళ్ళందరికీ ప్రెసిడెంటు గారు చెప్పిన మాటే మీకూ చెప్తున్నా... ఈ టిక్కెట్టు మీకీయాలంటే నేను చెప్పేదంతా శ్రద్ధగా వినండి. పదవికోసం ఖర్చు పెట్టాల్సిన పనేమీ మీకుండదు. ప్రభుత్వమే రైతుల కోసం అన్నదాతకు ఆసరా అని, పెళ్ళికాని పిల్లల కోసం మంగళసూత్రమని, వృద్ధుల కోసం ఆపద్బాంధవుడని, నిరుద్యోగుల కోసం ప్రతిభకు పురస్కారం అనీ, ఇలా ఎన్నో స్కీముల పేరుతో... ప్రజలందరినీ తనవైపుకి ఆకట్టుకుంది. కాబట్టి ఈసారి కూడా అధికార పార్టీయే గెలుస్తుందనే నమ్మకం అందరిలోనూ పాతుకుపోయింది. ఈ ఎన్నికల్లో ఎవరు నుంచున్నా... వారికి విజయం వరించడమన్నది ఖాయం. ఓట్లకు నోట్లు ఖర్చుపెట్టాల్సిన పైకమంతా మీకు మిగులే. టిక్కెట్టు మీరు గనుక చేతబుచ్చుకుంటే... మీరు ఎమ్మెల్యే అవ్వాలనుకున్న కల కూడా నెరవేరుతుంది. అంటూ... చెవిలో ఓ మంత్రం వేసినట్టుగా ఏదో చెప్పి...మేమూ మనుషులమే కదా... మీకూ ఆశలున్నట్టే మాకూ ఉంటాయి...." అంది కళ్లకున్న కళ్ళజోడుని సవరించుకుంటూ...!

చంటినాయుడు ఆమె చెప్పిన లెక్క విన్నాక గతుక్కుమన్నాడు. “మరొక్కసారి ఆలోచించండి. ఈ పార్టీ కోసం పదేళ్లుగా ఎంత సేవ చేసానో... ప్రెసిడెంటు గారికి

తెలుసు. ఆయనతో మరోసారి వచ్చి మాట్లాడి చూస్తాను...” ప్రాధేయపూర్వకంగా అన్నాడు అంజనీ దేవితో.

ఆమె పకపకా నవ్వింది. “మీ లాగే ఈయన కూడా పార్టీని పట్టుకునే వ్రేలాడుతూ... పార్టీ కార్యకర్తగానే మిగిలి పోతున్నారు గానీ ఇప్పటివరకు ప్రభుత్వంలో ఎలాంటి మినిస్టర్ పదవీ రాలేదు. మాకున్నదంతా పార్టీ కోసమే ఈయన కూడా ఊడ్చి పెట్టేసారు. ఒకవేళ పార్టీ గెలిచినా ఓడినా మా జాగ్రత్తలో మేము ఉండాలంటే... అవకాశం దొరికినప్పుడే మేమూ ఉపయోగించుకోవాలి. మాకూ పిల్లలున్నారు. పెద్దవాళ్ళవుతున్నారు. పిల్లల్ని ఓ దారికి తెచ్చుకోవాలంటే... మాకు ఇదే సదవకాశం మరి. కనుక మీరు మళ్ళీ మళ్ళీ తిరిగినా అది శ్రమే అవుతుంది గానీ ఫలితం ఉండదు నాయుడు గారూ. నేను చెప్పిందే మావారికి వేదం. కాబట్టి నేను చెప్పిన విషయాన్ని బాగా ఆలోచించుకుని... ఏ విషయమూ ఫోన్ చేసి చెప్పినా సరిపోతుంది. మీకు ఒప్పందం అయితేనే మీ పని అవుతుంది.” అంటూ... చిన్న హెచ్చరికతో కూడిన అభయం చంటినాయుడికిచ్చి సాగనంపింది అంజనీ దేవి.

గంపెడాశతో వెళ్ళిన భర్త... ముఖం వ్రేలాడేసుకుని రావడం చూసి... చేతిలోని బాగ్ ని అందుకుని... గబగబా లోపలకెళ్ళి... గ్లాసుడు మంచినీళ్ళు తెచ్చి అందించింది... రాజ్యం. బాగా రెస్ట్ తీసుకున్నాక... ఇక వుండబట్టలేక భర్తని అడిగింది ... “వెళ్ళిన పని ఏమైందని..?”

అక్కడ పార్టీ ప్రెసిడెంటు గారి భార్యకీ.. తనకూ అయిన సంభాషణంతా “అయితే... ఈ ఎన్నికల్లో ఓట్లకు నోట్లు ఖర్చు చేయాల్సిన పని ఏమీ వుండదనుకుని సంబరపడ్డాం. కానీ... మరో రూపంగా వాళ్ళకి సమర్పించమనడం న్యాయమంటారా..? అదీ... పదవి కోసం మనం ఖర్చు పెట్టాల్సి వచ్చే డబ్బు కంటే ఎక్కువుగా ఇంకో కోటి రూపాయలు అదనంగా వారికి ఇచ్చుకుంటేనే... ఈ టికెట్టు మీకు ఇస్తానడం ఏమీ బాగోలేదు.” అంజనీదేవిపై తనకొచ్చిన దురాభిప్రాయాన్ని వెళ్ళగక్కింది రాజ్యం.

భార్య వైపు తప్పుచేసిన వాడిలా క్షమించమన్నట్టు చూసాడు. ఇప్పటికే చాలా ఆలస్యంగా తేరుకున్నందుకు సిగ్గుతో కూరుకుపోయినా... ‘రాజకీయాల్లో వుండే

స్వార్థం, మోసం, పార్టీ టిక్కెట్టుని కూడా బ్లాకులో అమ్ముకోవడం అన్నీ బాగా తెలిసొచ్చాయి. ఒకప్పుడు రాజకీయనాయకులు తెల్లటి దుస్తులు వాడేవారు. అది స్వచ్ఛతకు సూచన. కానీ... ఇప్పుడు ఒక్కొక్క పార్టీ ఒకొక్క రంగు దుస్తులు వాడుతూ... రాజకీయమే రంగులమయంగా అయిపోవడంతో... ఇప్పుడైనా మిగిలిన కాస్త ఆస్తినీ... ఈ రాజకీయ జిత్తులమారి నక్కల నుంచి కాపాడుకోవాలి' అన్నట్టు ఒక స్థిరమైన నిశ్చయానికొచ్చాడు చంటినాయుడు....!!

–(కథామంజరి జూలై 2022 సంచికలో ఉగాది కథలపోటీలో బహుమతి పొందింది)

అనుకోని బంధం

ఒక పెళ్లి రిసెప్షన్ పార్టీ చాలా గ్రాండ్ గా జరుగుతుంది...!

"ఏమండీ తను నా చిన్ననాటి స్నేహితురాలు". ఆ పార్టీలో వారికి కొద్దిదూరంలో కనిపించిన వాణిని గుర్తుపట్టి భర్తకు చూపిస్తూ చెప్పింది విజయ.

భార్య చూపించిన ఆమెను చూసాకా... ఎక్కడో చూసినట్టుగా అనిపించింది. ఎప్పుడు ఎక్కడ చూసాడో గుర్తు రాక భోజనం చేస్తున్నంతసేపూ ఆలోచిస్తూనే వున్నాడు శ్రీకాంత్.

విజయ కూడా భోజనం కానిచ్చి... ఆమె దగ్గరకు వెళ్ళింది. ఒకరికొకరు చూసుకుని చానాళ్లు అయిపోయిందేమో... ఎంతో ప్రేమగా ఒకరికొకరు హత్తుకున్నారు. ఎంతో అందంగా వుండే వాణి ముఖం ఏదో పాలిపోయినట్టుగా వున్నా... అప్పటి పోలికలు ఇంకా స్పష్టంగా కనిపిస్తున్నాయి. కుశలప్రశ్నలు అయ్యాక... ఆమెను తీసుకొచ్చి భర్తకు పరిచయం చేసింది.

దగ్గర నుంచి ఒకరినొకరు చూసుకున్నాక... ఇద్దరూ పోల్చుకున్నారు. వాణి ఎవరో కాదు... గతంలో తాను ఓఅమ్మాయిని చూడ్డానికి పెళ్ళిచూపుల కోసం వెళ్లి... మరో అమ్మాయిని ఇష్టపడ్డాడు. ఆ అమ్మాయే వాణి. దాసితో ఆ సంబంధం అవ్వలేదు గానీ... వాణి గురించి తర్వాత తెలిసింది.

కొన్నాళ్ళకు విజయతో పెళ్లైపోవడం... చాలా రోజుల తర్వాత మళ్ళీ ఇలా వాణిని చూడటం జరిగింది.

"బాగున్నారా...?" ఆమెను అప్రయత్నంగా అడిగేసాడు.

వాణి తలూపుతూ బుర్ర దించుకుంది.

ఒకరికొకరు ముందే పరిచయం కావడంతో...

"మీ ఇద్దరికీ ముందే పరిచయమా? వాణి మీకెలా తెలుసు...?" ఆశ్చర్యంగా భర్తను అడిగింది విజయ.

"అవును విజయా! ఆ విషయం నేను చెప్పేకంటే... వాణి గారినే అడిగితే బాగుంటుందేమో...!" అంటూ పక్కకు తప్పుకున్నాడు శ్రీకాంత్.

★★★

"ఆరోజు మా కజిన్ ని పెళ్లిచూపులు చూడ్డానికి మీ వారు వచ్చారు. పెళ్లి కావాల్సిన మా కజిన్ ని కాకుండా నన్ను ఇష్టపడినట్టు చెప్పారు. నా వెనుక ఉన్న గాథంతా తెలిసికూడా పెళ్లిచేసుకోడానికి ముందు కొచ్చిన వారి ఆదర్శానికి ముచ్చటేసింది. కానీ... నేనందుకు సిద్ధంగా లేనని చెప్పేసరికి... వారి దారిన వారెళ్లిపోయారు."

"ఆరిపోయిన నీ జీవితానికి వెలుగునిస్తానని ముందుకొచ్చిన వారిని మరెందుకు కాదన్నావు...?" ఆశ్చర్యంగా అడిగింది విజయ.

"మావారు పోయిన గాయం నుంచి నా మనసింకా కోలుకోకుండానే మరో పెళ్లంటే... నేనేం చెప్పగలను...?

మావారి రూపం మా పాపలో చూసుకుంటున్న సమయమది. జీవితాంతం నాకు దాని తోడు చాలనుకున్నాను. జరిగింది ఇంతే విజయా. మా పాప ఇప్పుడు ఎదిగింది. దానికిప్పుడు పదిహేనేళ్ళు. అచ్చం అది దాని నాన్న పోలికలోనే ఉంటుంది." అలా చెప్తున్న వాణి కళ్ళల్లో ఏదో ఆనందం, తృప్తి స్పష్టంగా కనిపించింది విజయకు.

ఆ తర్వాత మరెన్నో చిన్ననాటి విషయాలు మాట్లాడుకున్నారు. వాళ్ళమ్మాయి చదువురీత్యా... ఆ ఊరు వచ్చినట్లు చెప్పింది వాణి. ఫంక్షన్ లో ఉన్న వాళ్ళమ్మాయిని పిలిచి మరీ చూపించింది. చూడ్డానికి ఎంతో అందంగా ఉంది.

"మాకు పెళ్లైన ఏడాదికే ఆడపిల్ల పుట్టి పోయింది. మళ్లీ పిల్లలు కలగలేదు.
మా అమ్మాయే బ్రతికుంటే చక్కగా నీలాంటి కూతురు నాకూ ఉండేది" అంటూ

బాధపడింది విజయ.

అలా బాధపడుతున్న స్నేహితురాలు తప్పకుండా తనను ఆదుకుంటుందనిపించింది. తాను చేయబోయే సహాయానికి... ఆమెకు కడుపు శోకం లేకుండా ఓదార్చినట్టు కూడా వుంటుందనిపించింది వాణికి.

శ్రీకాంత్ కి కూడా వాళ్ళమ్మాయిని పరిచయం చేసింది. అంతా కలిసి కాసేపు చక్కగా ముచ్చటించుకున్నారు. వెళ్తూ వెళ్తూ... స్నేహితురాలు విజయతో ఓ విషయం బయటపెట్టి... వారిద్దరి గుండెలూ బరువెక్కేలా చేసింది వాణి.

"నా కూతురు గురించే నాకు బెంగ. నేటి పరిస్థితుల్లో దాని మంచీచెడ్డా చూసుకునే నమ్మకమైన మనుషులు కావాలి. ఒకప్పుడు మీవారు నా పాపకు తండ్రి స్థానాన్ని కల్పిస్తానన్నా నేనొప్పుకోలేదు. నాడు ఆ అవకాశాన్ని నేను చేజార్చుకున్నా... నేడు ఆ దేవుడే మీకిచ్చినట్టున్నాడు. మీకు పిల్లలు లేరన్న లోటుని మరిచిపోయి...మా అమ్మాయిని మీ అమ్మాయిగా స్వీకరించాలి. జీవితంలో అన్నీ పోగొట్టుకున్నా... ఒకటి మాత్రం మిగిలే ఉంటుంది. అదే భవిష్యత్తు. దాని భవిష్యత్తును అందంగా తీర్చిదిద్దుతారని మీ ఇద్దర్నీ కోరుకుంటున్నాను. భగవంతుడు దేనికోసం సృష్టించాడో... అది నెరవేర్చుకుండా అర్ధాంతరంగా వెళ్ళిపోకూడదు. కానీ... అమ్మగా నాకా అదృష్టం లేదు గనుక దయచేసి తండ్రి కూడా లేని నా కూతురికి తల్లీ తండ్రీ బాధ్యత మీరు తీసుకోరూ" అంటూ వాణి ఎంతో ప్రాధేయతగా అడుగుతుంటే... అనుకోని ఆ బంధాన్ని మనస్ఫూర్తిగా స్వీకరిస్తూ... కళ్ళలో నీళ్ళు ఉబుకుతుండగా స్నేహితురాలి చేతిలో చేయివేసింది విజయ.

వాణికి బ్లడ్ కాన్సర్ అనే చేదు నిజాన్ని జీర్ణించుకోలేక, ఇంటిముఖం పట్టిన ఆ దంపతులిద్దరికీ... ఆమె కూతురు తమకు అనుకోని బంధమై వస్తున్నందుకు జీవితంలోకి ఆహ్వానం పలకడానికి సిద్ధంగా ఉన్నారు.!

–(కథామంజరి 2022 ఆగష్టు సంచిక, బహుమతి పొంది ప్రచురించబడింది)

మనోనేత్రం

అరుణ మనసంతా దిగాలుగా ఉంది. తమ బ్రతుకు ఒక్కసారిగా ఊపేసిన తుఫానులా బీభత్సంగా తయారయ్యింది.

ఎటుచూసినా, మనసు అల్లకల్లోలంగానే ఉంది. ఏదో అలజడితో కూడిన ఆవేదన తన్నుకొస్తుంది. తాను చేసింది తప్పో ఒప్పో తెలీని సందిగ్ధత. మనసంతా భారంగా ఉంది. ఇలా ఎంతకాలమని దాచేది? ఏమని చెప్పాలి? అక్కకి ఎప్పటికైనా చెప్పాల్సిందే కదా, అనుకుంటూనే ఎన్నోసార్లు కాగితంపై ఉంచిన కలాన్ని వెనక్కి తీసేసేది. రాయాలనుకున్న విషయాన్ని ఎలా రాయాలో బాగా ఆలోచించి పకడ్బందీగా కలాన్ని కదిపిందిప్పుడు.

అక్కా!

నీవెలాగున్నావు? నీ టీచర్ ట్రైనింగ్ బాగా అవుతుంది కదూ!

నీవెళ్ళినప్పటినుంచీ ఇక్కడ నాకేమీ తోచడం లేదు. అస్తమానూ నువ్వే గుర్తుకొస్తున్నావు. ఎంతైనా కోమాలో ఉన్న అమ్మకు నువ్వు సేవ చేసినట్టుగా నేను చేయలేక పోతున్నాను. సమయానుకూలంగా నేనమ్మకు సరిగ్గా ఏమీ సమకూర్చలేకపోతున్నాను. దేవుడు క్కూడా స్వార్థమే సుమీ. ఒకే తల్లి కడుపున పుట్టినా, నీకిచ్చిన సహనాన్ని నాకెందుకివ్వలేదో...? ఇరవై నాలుగ్గంటలూ మంచం మీద మనిషిని కనిపెట్టుకుని ఉండటం నావల్ల కావడం లేదు.

అమ్మ ఎప్పుడూ "నా పెద్ద కూతురు సాటి ఇంకెవరూ రారు" అంటూ

నీగురించే అందరికీ గొప్పలు చెప్పుకుంటూ వచ్చేది కదా. కాలు కిందబెట్టకుండా పూవుల్లో పెట్టుకుని చూసేదానివని. నిన్ను అలా పొగుడుతుంటే, నేనేదో ముళ్ళమీద నడిపిస్తున్నట్టు పరోక్షంగా సాధించినట్టు వుండేది నాకు.. అప్పట్లో అమ్మ మాటలు నాకు ఉక్రోషాన్ని కలిగించినా, తన మాటల్లో ఎంతో నిజమ్ముంది. మంచం మీద ఉన్న రోగికి సేవ చేయడమంటే మాటలు కాదు. ఆ సహనం, ఓర్పు, మనసూ నీకే ఉన్నాయని ఒప్పుకుంటున్నాను. నువ్వంటే అమ్మకెంత ఇష్టమో కదా! నువ్వు ఒక గౌరవప్రదమైన ఉద్యోగం చేయాలనీ, నీ కాళ్ళమీద నువ్వు నిలబడాలనీ, ఎవరి దయాదాక్షిణ్యాలతోనూ బ్రతక కూడదనీ అనేది.

నిజమే కదా! నువ్వెంతో తెలివైన దానివి. నువ్వు చదువు చెప్తే, ఎంతోమంది వెలుగుమార్గంలో పయనించాలి. నాకు చదువబ్బలేదని, ఎలా బ్రతుకుతాననే బెంగ అమ్మకుండేది. ఇంతలోనే కేన్సర్ మహమ్మారి కమ్మేసి అమ్మను కోమాలోకి లాక్కెల్లిపోయింది. రోజురోజుకీ కృశించిపోతుంది. ఈ కేన్సర్ రోగం ఎంత డబ్బున్నోడి ప్రాణాన్నైనా లాకెళ్ళిపోతుందంట. చీడపురుగులా దొలిచేస్తుందంట. ఇక మనలాంటి పేదోళ్లని ఎక్కడ కనికరిస్తుంది చెప్పు? నేను దగ్గరున్నా, నువ్వు దగ్గరలేవన్న లోటు అమ్మకు తెలుస్తూనే ఉందేమో? మనిషిలో కదలిక లేకపోయినా మెదడుకి అన్నీ తెలుస్తూనే ఉంటాయట.నిన్ను చూడాలన్న కోరికతోనే ప్రాణం కొట్టుకుంటుందింకా. నీవే ఇక్కడుండి అమ్మని కనిపెట్టుకునుండుంటే అమ్మ కోమా నుంచి తేరుకునేదేమో? మంచంపై ఉన్న రోగికి సేవ చేయడం నావల్ల కావడం లేదు. ఆ సామర్థ్యం నీలోనే ఉంది. అమ్మ ముఖంలో కళ కనిపించేది. నీవున్నప్పుడు అమ్మని నిమిషం కూడా వదలకుండా దగ్గరుండి సేవ చేసేదానివి. నేనే నీ చదువు ఆగకూడదని, నిన్ను ఆ ఊరికి పంపించేసాను. అమ్మలో కొంచెమైనా కదలికలు వస్తే, నాక్కొంచెం ధైర్యం వచ్చేదేమో? నీకు పదిరోజుల్లో టీచర్ ట్రైనింగ్ క్లాసులు అయిపోవస్తున్నాయి కాబట్టి... వెంటనే బయలుదేరి మనూరు వచ్చేయి. నాకూ తోడుగా ఉంటావు.

అమ్మను ఈ స్థితిలో ఇద్దరం చూసుకుంటూ ఉంటే, అమ్మ మనసుకు తృప్తిగా ఉంటుంది. నీ కోసం నాతోపాటూ అమ్మ కూడా ఎదురుచూస్తూ పక్కన వుంటుందనే అనుకో. ఉంటానక్కా!

నీ చెల్లి,

అరుణ

★★★

అరుణ నుంచి వచ్చిన ఉత్తరాన్ని చదివి, భారంగా నిట్టూర్చింది నిశ్చల.

చెల్లి రాసిన ఆ ఉత్తరంలోని అక్షరాలన్నీ శూన్యంగా కనిపించాయి. మనసుని మధ్యపెట్టినట్టు, కళ్ళకు గంతలు కట్టినట్టు, నాతో ఎందుకీ ఆటలు? బహుశా ఇదేనేమో బంధాల మధ్య అనుబంధమంటే. దుఃఖాన్ని దిగమింగి, పైకి మాట్లాడుతూ నటించడమంత మానసిక క్షోభ మరొకటి ఉండదేమో? నటనలో ఇద్దరమూ తీసిపోలేదు. ఎవరికి వారే మనసనే మనోసముద్రంలో వాయుగుండాన్ని సృష్టించుకున్నాం. దీన్నుంచి త్వరగా బయటపడాలి. మరోసారి చెల్లి రాసిన ఉత్తరాన్ని చదివింది. పిచ్చి చెల్లికి నేనూ ఒక ఉత్తరం రాసి, దాని మనసు భారాన్ని దించేయాలి అనుకుంది ప్రేమగా.

చెల్లీ....!

నీ ఉత్తరం అందింది. నా టీచర్ ట్రైనింగ్ పూర్తి కావస్తోంది. అయిన వెంటనే బయలుదేరి మనూరు వచ్చేస్తాను. అమ్మ ఆరోగ్యం గురించి వివరిస్తూ రాసిన సుదీర్ఘమైన ఉత్తరాన్ని నీ మనో వేదనతో కష్టపడి రాశావని అర్థం చేసుకోగలను.

నాకూ తెల్సు కదా అమ్మ పరిస్థితి. మనమెంత పూవుల్లో పెట్టి చూసుకున్నా, కేన్సర్ మహమ్మారి చెదపురుగుల అవయవాల్ని తొలిచేస్తుందని. అమ్మని విడిచిపెట్టి నాకిక్కడకు రావాలని లేకున్నా, అమ్మ ఆశయం తీర్చడానికే గుండె దిటవు చేసుకుని బయలుదేరి వచ్చేసాను. ఇక్కడ ఉపాధ్యాయ శిక్షణా తరగతులు తీసుకుంటున్నానే గానీ, కని పెంచిన అమ్మ మురిపాలను నేనెలా మర్చిపోగలను? అమ్మ మనకు చేసిన

సపర్యలు తలుచుకుంటే, అమ్మకు మనం చేసిందిఏ పాటి? తండ్రి లేకపోయినా, అన్నీ తానె బాధ్యతల్ని మోసింది. మనసు మూగబోతుంటే, తన

తీయటి మాటలు వినిపించి పరవశింపచేసింది. గుండెల్లో గుబులుంటే తన గుండెలకు హత్తుకుని వెన్నెలా కరిగించేసేది. అమ్మ ఆలంబన మనకు లేకుండా బలహీనపర్చి, అమ్మ ఋణం ఇంకా తీర్చుకోకుండానే, అర్ధాయుష్ణునిచ్చి ఇంత త్వరగా దేవుడు తీసుకెళ్లిపోతాడని నేనూహించలేదు.

అమ్మ జీవితం చరమాంక దశకు చేరిందని నువ్వు చెప్తే, నేనేంటి ఇలా రాశానని అనుకుంటున్నావు కదూ! అమ్మ మనల్ని వదిలేసి వెళ్లిపోయినా మన గుండెల్లో సజీవంగానే ఉంటుంది కదా చెల్లీ.

మనసుతో చూస్తూ వుంటాను, అమ్మ జ్ఞాపకాలు కదలాడుతున్నట్టే కళ్లకు కనిపిస్తాయి.

నువ్వ కూడా మనసుతో విని చూడు... అమ్మ శ్రావ్యమైన గొంతులోని తేనె పలుకులు వినిపిస్తాయి.

ఇక మనకు లేదనుకుంటున్న అమ్మను గుండెల్లో తడుముకుని చూసుకుందా.

ఇంకా నీకు ఆశ్చర్యంగా ఉందా? అమ్మ చనిపోయిందన్న విషయం నాకెలా తెలిసిపోయిందని అనుకుంటున్నావు కదూ! నాకంతా ఆరోజే తెలుసు. 'అక్కా! అమ్మను నేను జాగ్రత్తగా చూసుకుంటాను. నువ్వెళ్లి నీ శిక్షణ పూర్తి చేసుకునిరా' అంటూ ఆరోజు అదేపనిగా నన్ను ఒత్తిడి చేశావు. నాకు ఆ స్థితిలోని అమ్మని వదిలి వెళ్లడం అసలు ఇష్టం లేకపోయినా, నేను టీచర్ అవ్వాలనే అమ్మ ఆశయానికి కట్టుబడి ప్రయాణమై వెళ్ళాను.

అలా వెళ్తున్నప్పుడే నాకు తెల్సిపోయింది.

కోమాలోకి వెళ్లిపోయిన అమ్మ చనిపోయిందని. ఆ విషయం నాకు తెల్సిపోతే నేను తట్టుకోలేననేగా, టీచర్ ట్రైనింగ్ అంటూ మభ్యపెట్టి నన్ను అక్కడ నుంచి వెళ్లిపోయేలా పట్టుబట్టావు.

అమ్మ చనిపోయినట్టు నాకు తెలియనీకూడదని, నువ్వెంత గుట్టుచప్పుడు కాకుండా చేసినా, అమ్మ శవాన్ని శ్మశానానికి తీసుకెళ్తూ కొంచెం దూరం వెళ్ళాకా మ్రోగించిన చావు డప్పుల మోత నీవు చెవిటి దానివ్వడం వల్ల నాకు వినిపించినట్టు నీకు తెలీదు.

నేను చూడలేని గుడ్డిదాన్నే అయినా, శబ్దాలు వినలేనటువంటి చెవిటి దాన్ని కాదు కదా చెల్లీ!

నీ అక్క

నిశ్చల.

–(14 జనవరి 2022 సినీవాలీ తెలుగు సాహిత్య వారపత్రికలో ప్రచురించిన బహుమతి పొందిన కథ.)

పెళ్లిసంబంధాలు

హాల్లో కూర్చుని పిచ్చాపాటీ మాట్లాడుకుంటూ... కోడలు మీదకు సంభాషణ మళ్ళించారు ఆ దంపతులిద్దరూ!

"అప్పట్లో పెళ్లి సంబంధాలు వెతకటానికి కాళ్లజోళ్ళు అరిగిపోయేవి. ఇప్పుడేమో కళ్లజోళ్ళు మార్చుకుంటూ... చెవిటి మిషన్లు అమర్చుకోవాల్సిన పరిస్థితి వస్తుందేమో...? ఏమైనా ఈ టెక్నాలజీ పెరిగిపోవడం వల్ల చాలా నష్టాలు కూడా ఉన్నాయి" తన ఉద్దేశ్యాన్ని బయటపెడుతూ చెప్పారు రామారావు.

"నిజమే సుమండీ...మీరన్నట్లు అప్పుడు సంబంధాలు వెతకటానికి కాళ్ళ చెప్పులు మాత్రమే అరిగిపోయేవంటే అర్థం వుంది. ఊరూరా తిరిగి ఇంటికీ వెళ్ళి వాకాబు చేసి....ఆ సంబంధం మనకు సరిపోతుందో లేదో చూసుకుని.... అటు తరాలు,ఇటు తరాలు బంధుత్వం కలుస్తుందో లేదో కనుక్కున్నాకా ముందడుగు వేసేవారు. కానీ... ఇప్పుడు ఈ ఫోన్లు, కంప్యూటర్లు వచ్చాకా... కాళ్లజోళ్ళు మూలన పెట్టి కళ్లజోళ్ళకు పనిబెడుతున్నారు. రోజుల తరబడి కంప్యూటర్లో ఫోటోలు చూసుకుంటూ....గంటల తరబడి మాట్లాడుకుంటున్నారు. అందుకే ఈ కళ్ళ మసకలూ, చెవులు వినిపించకపోవడాలు ఎక్కువైపోతున్నాయి. ఆన్లైన్లోనే పెళ్ళిచూపుల తతంగం కూడా జరిగిపోతున్నాయట. నా మనుమడికి ఎలాంటి సంబంధం ఊడిపడుతుందో ఏంటో...? భయంతో భర్త మాటలకు వత్తాసు పలికింది పార్వతమ్మ.

ఇంటర్నెట్ ఆన్ చేసి... కంప్యూటర్లో మ్యారేజ్ బ్యూరోల నుంచి వచ్చిన సంబంధాలను పరిశీలిస్తూ... అత్త మామల మాటలను వింటూనే వుంది సంధ్య!

'నిజమే మరి... వారలా అనుకోడంలో తప్పులేదు. ఒక సంబంధం కుదుర్చుకుంటున్నాం అంటే... ఎవరో తెలియని మనిషిని తీసుకొచ్చి మన కుటుంబంలో

కలుపుకోవడమే. ఇందులో పొరపొచ్చాలు ఉండకూడదు. బాగా ఆలోచించి తీసుకోవాల్సిన నిర్ణయం. ఈ స్పీడ్ యుగంలో కంప్యూటర్లని, ఫోన్లని ఆశ్రయించబట్టే... ప్రపంచం మన గుప్పెట్లోకి వచ్చినట్టైంది. ఇలాంటి అవకాశాన్ని ఎవరు మాత్రం వదులుకుంటారు? ఈ టెక్నాలజీ ఉపయోగం ఈ పెద్దవాళ్ళందరికీ పూర్తిగా అర్థం కాకపోయినా... అందులోని చెడుని మాత్రం పసిగడతారు' మనసులో చిన్నగా నవ్వుకుంది సంధ్య.

ఒక్కగానొక్క కొడుకు ఉద్యోగంలో చేరి నాలుగేళ్ళు కావస్తోంది. వాడికి చక్కటి జోడీ తేవాలని... రెండేళ్ళుగా సంబంధాల వేట మొదలెట్టినా ఇప్పటికి ఒక కొలిక్కి రాలేదు. ఎవరినైనా వారి తాలూకా సంబంధాల కోసం అడిగితే... పెళ్లి విషయాల్లో తల దూర్చకూడదనే భయంతో.... ఒకవేళ సంబంధాలు వున్నా తప్పించుకుంటున్నారు.

ఉదయం నుంచి సాయంత్రం వరకూ ఆఫీస్ పనితో సతమతమయ్యే భర్తకు సమయం లేదని... తానే పూనుకుని రెండు మూడు మ్యారేజ్ బ్యూరోల్లో కొడుకు ప్రొఫైల్ ని రిజిస్టర్ చేసి నెట్లో లాగిన్ అయ్యింది... తనకున్న పరిజ్ఞానంతో. కనీసం డిగ్రీ చదివి పనిపాటలొచ్చిన అందమైన పిల్ల కావాలని – సంధ్య. మంచి సాంప్రదాయ కుటుంబం లోని పిల్ల కోడలిగా వస్తే చాలని – ఆమె భర్త.

తమ ఆస్తిపాస్తులకు సరిజోడి కావాలని – అత్తమామలు.

తనలాగే సాఫ్ట్‌వేర్ జాబ్ చేస్తూ... సంపాదించే పిల్ల కావాలని – కొడుకు.

అందరినీ మెచ్చేటటువంటి పిల్ల దొరకడం సాధ్యమేనా...? ఆమె మనసులో ప్రశ్న చోటుచేసుకున్నా... సాధ్యం చేయాలన్న ఆశతో ఇంటిపనైపోయాకా... తీరిక సమయంలో కంప్యూటర్ ఆన్ చేసి అమ్మాయిల ప్రొఫైల్స్ ను పరిశీలించడం దినచర్య అయిపోయింది – సంధ్యకి!

"సంధ్యా" అంటూ పిలిచిన అత్తగారి పిలుపుతో తృళ్ళి పడి వారి ముందు

కొచ్చింది.

"ఈ మధ్య విజయవాడ సంబంధం గురించి నువ్వెవరితోనో ఫోన్లో మాట్లాడుతూ వున్నావు కదా. ఇంతకీ వాళ్లేమన్నారు"? అత్తగారు ఆరా తీసేసరికి... ఏమి చెప్పాలో పాలుపోలేదు సంధ్యకి.

"ఓ అదా అత్తయ్యా...! మీ మనుమడు కావాలనుకున్నట్లు ఆ అమ్మాయికి ఉద్యోగం వుంది గానీ... మన అంతస్తుకి సరిపోరు లెండి".నిజాన్ని దాటేస్తూ అబద్ధమాడేసింది... వారి మనసులు నొచ్చుకోకూడదని.

నిజానికి ఆ సంబంధం అన్ని విధాలా చాలా బాగుంది. పిల్ల తరపువారు కూడా తమ సంబంధాన్ని చాలా ఇష్టపడ్డారు. కానీ... అదృష్టం చేజారిపోయింది అనుకోవాలో, ఏమనుకోవాలో అర్థం కాలేదు సంధ్యకి. –

విషయానికొస్తే....

ఒక మ్యారేజ్ బ్యూరో నుంచి వచ్చిన ప్రొఫైల్ని చూసి... ఇంట్రెస్ట్ పంపింది. అమ్మాయి తరపు నుంచి కూడా ఇంట్రెస్ట్ రావడంతో... ఫోన్ నెంబర్ తీసుకుని ఫోన్ చేసింది. అటునుంచి వారు చెప్పిన ఇంటిపేర్లను బట్టి... వారికున్న ప్రొపర్టీల బట్టి తమకు తగ్గ సరైన సంబంధమే అని నిర్ధారణకి వచ్చేసింది. అమ్మాయి కూడా చాలా అందంగా ఉంది. మంచి కంపెనీలో జాబ్ చేస్తుంది. జాతకాలు నప్పాయి. వారికి కూడా నచ్చడంతో ఇష్టంగా మాట్లాడారు. ఇక ఈ సంబంధం ఖాయం అనుకుంది సంధ్య.

అమావాస్య వెళ్ళాక రెండురోజుల్లో మీ ఇంటికొచ్చి మాట్లాడతామని చెప్పినవారు కాస్తా ఆ మర్నాడే ఫోన్ చేశారు. అబ్బాయి కుటుంబాన్ని భూతద్దంలోంచి చూసారో ఏమో..."సారీ అండీ ఏమీ అనుకోవద్దు. మీ అబ్బాయికి మా అమ్మాయిని ఇవ్వాలనే అలోచన విరమించుకున్నాం" అన్నారు. వారి మాటలు వినేసరికి గాలి తీసేసిన బెలూన్లా అయిపోయింది సంధ్య.

అదేమని అడిగితే...."మీ సంబంధం మాకన్నివిధాలా నచ్చింది గానీ... మా

అమ్మాయినిచ్చే కుటుంబంలో ఇద్దరు ముగ్గురు మనుషులకంటే ఎక్కువంటే ఇవ్వకూడదనుకుంటున్నాం. మీ సంబంధం చేస్తే.. మా అమ్మాయికి మీరే అత్తగారు అనుకుంటే మళ్ళీ మీకో అత్తగారు కూడా ఉంటారు ఇంట్లో. అసలే ముసలోళ్ళకి చాదస్తం

ఎక్కువ కూడా. అలాంటి ఇంట్లో మా అమ్మాయి ఇమడలేదు" అంటూ ఖండించినట్టు చెప్పేసారు.

ఆ మాటలకు గుండెల్లో రాయి విసిరినట్టయి విస్తుపోతూ చేతిలోని రిసీవర్ ని కిందకి జారేసింది.

'ఆ అమ్మాయి ఈ ఇంటి కోడలవ్వడానికి... మీరూ మావయ్య గారూ ఎక్కువయ్యారంట. అందుకే... వారు ఈఇంటికి పిల్లనివ్వలేమన్నారని' వాళ్ళు చెప్పిన అసలు విషయాన్ని అత్తగారికి చెప్పలేకపోయింది సంధ్య.

నేటి ఆడపిల్లల తల్లుల ధోరణి ఎలా ఉందంటే... తమ కూతురికి మంచిమొగుడు దొరకాలి. కానీ అతని వెనుక అత్తమామలు గానీ, ఆడపడుచుల బాధ్యత గానీ ఉండకూడదు. వారిలో ఇలాంటి స్వార్థం వున్నప్పుడు అత్తగారికి అత్తగారున్న ఈ ఇంట్లోకి పిల్లనెలా పంపిస్తారు? అయిన వాళ్ళను కూడా కాని వాళ్ళని చెప్పుకోవాల్సిన పరిస్థితి వస్తుందేమో...? కొత్తగా సమస్య మొదలయ్యింది సంధ్యకి.

కొడుకు తనకు నచ్చినమ్మాయి నెవరినైనా ప్రేమించి పెళ్ళిచేసుకోకుండా తనకు ఒకమంచి సంబంధం చూసి పెళ్లి చేస్తామనే నమ్మకం తమపై వుంచినందుకు... వాడి నమ్మకాన్ని వమ్ము చేయకూడదు.... అనుకుంటూ మనసులో పాజిటివ్ ఎనర్జీ ని కొనితెచ్చుకుంది... సంధ్య!

★★★

కాలక్షేపానికి అప్పుడప్పుడు పక్కంటి పిన్నిగారింటికి వెళ్తూ ఉంటుంది సంధ్య. ఈ సంబంధాల వేటలో ఆవిడకు అనుభవం ఎక్కువ. ఢిల్లీలో ఉద్యోగం చేస్తున్న తమ మూడవ కొడుక్కి పెళ్లి చేయాలని నాలుగేళ్లుగా ప్రయత్నం. కొడుక్కి వయసు మీరిపోతుందని ఆవిడ బాధ ఇంతా అంతా కాదు.

"మీ అబ్బాయి సంబంధాలు ఎంతవరకూ వచ్చాయి పిన్నిగారూ" కలుపుగోలుగా అడిగింది సంధ్య.

"ఏం చెప్పమంటావమ్మా సంధ్యా! పిల్ల నచ్చితే జాతకం నప్పదు. జాతకం నప్పితే పిల్ల నచ్చదు. రెండూ బావుంటే వాళ్ళిచ్చే కట్నం నచ్చదు. బాగా చదువుకున్న

అమ్మాయిలంతా ఉద్యోగాలు చేసుకుంటూ హైదరాబాద్, బెంగుళూరు, చెన్నై నగరాలను వదిలి రామంటున్నారు. ఎందుకొచ్చిన ఉద్యోగాల్లే అని మేమే ఒక మెట్టు దిగాం. పెద్ద కట్నకానుకలు లేకపోయినా కనీసం టెన్త్ పాసైన అమ్మాయి అయినా దొరికితే చాలని. అలాంటి సంబంధమే వచ్చింది. కానీ పెళ్లికూతురు తల్లి ఏమందో తెలుసా? వాళ్ళుండే తిరుపతికి మన విశాఖపట్నం చాలా దూరమట. వాళ్ళ పిల్లని మా అబ్బాయికిస్తే ఢిల్లీ నుంచి వచ్చినప్పుడల్లా.... అత్తింటికే పుట్టింటికి తిరిగేసరికి సగం సెలవలు జర్నీలోనే అయిపోతాయట. పైగా తిరిగి వాళ్ళు ఢిల్లీ చేరుకునేసరికి వారిపిల్ల అలసిపోతుందంట. అక్కడికీ చెప్తూనే వున్నాను... పోనీ మీ అమ్మాయి మా ఊరు అస్తమానూ రానవసరం లేదు లెండి. మా వాడికి పిల్లనివ్వడమే చాలనుకుంటా. సెలవుల్లో మీ దగ్గరే గడిపి... అటునుంచతే ఢిల్లీ వెళ్లిపోయినా మాకభ్యంతరం లేదని. అయినా ఇప్పటి పిల్లలంతా సమయం కలిసిరావాలని వీలైనంతవరకూ విమానాల్లోనే కదా ప్రయాణిస్తున్నారని నచ్చచెప్పడానికి ప్రయత్నించాను. ఆవిదకు తలకెక్కలేదనుకుంటాను.... ఫోను పెట్టేసింది" నోరు నొక్కుకుంటూ చెప్పిన పిన్నిగారి మాటలకు ఫక్కున నవ్వింది సంధ్య.

"అంతే పిన్నిగారూ ! మంచితనానికి రోజులు లేవు. ఆవిదకి తిరుపతికి విశాఖపట్నం దూరం అనిపించింది. రేప్రొద్దుట వాళ్ళమ్మాయికి అమెరికా సంబంధం వస్తే గనుక... అది మాత్రం దగ్గరే అనుకుంటారు". నవ్వాపుకుంటూ చెప్పింది సంధ్య.

"నిజమే సుమీ... ఇండియాలో వున్న ఊర్లు దూరం. విదేశాల్లో ఉన్న ఊర్లు దగ్గర. అదంతా ఫారిన్ మోజు మరి" అమాయకంగా ముఖం పెట్టారు. పిన్నిగారు.

కాలింగ్ బెల్ మోగింది!

వెళ్లి తలుపు తీసింది సంధ్య.

★★★

ఎదురుగా కుంకుమ భరిణతో పక్కింటి పిన్ని గారితో పాటూ శుభలేఖలు చేతపట్టుకుని ఆవిడ భర్త నిలబడి వున్నారు.

వారిని చూడగానే లోపలకి రమ్మంటూ హడావిడి చేసింది.

కొడుకు పెళ్లి పిలుపులు పిలవడానికి వచ్చిన వారి ముఖాలు ఎంతో ఆనందంగా వెలిగిపోడం చూసి... "శుభం మీ అబ్బాయి పెళ్లి కుదిరిందని తెలియగానే మా సంధ్య ఆనందం అంతా ఇంతా కాదు. మా మనుమడు పెళ్లి కూడా కుదిరితే గనుక ఇంకసలు దాన్ని పట్టలేము". వారికి ఫిర్యాదు చేస్తున్నట్లు కోడలిని వేళాకోళం చేసింది... సంధ్య అత్తగారు పార్వతమ్మ.

"అవునండీ! పిల్ల బావుందని కట్నకానుకలు ఆశించకుండా పేదింటి పిల్లను కోడలిగా చేసుకుంటున్నాం. మా వాడికి పిల్లనిస్తున్నందుకు అదే పెద్ద ఆస్తి మాకు. తమ ఆదర్యం చాటు చేసుకుంటూ... అత్తా కోడళ్లిద్దరి నుదిటినా బొట్టు పెట్టి... ఆ ఇంటి పెద్దైన రామారావు చేతికి శుభలేఖ అందిచ్చారు. "ఈ నెల పదవ తేదీన గుంటూరులో పెళ్లి, పన్నెండవ తేదీన దసపల్లాలో రిసెప్షన్ పెట్టుకున్నాం. మీరంతా తప్పకుండా రావాలి" మరీ మరీ చెప్పి వెళ్లారు.

★★★

కాసేపట్లో... పెళ్లివారంతా గుంటూరు బయలుదేరడానికి సిద్ధంగా ఉన్న తరుణంలో ఆ పెళ్లింట్లోకి గుట్టు రచ్చకెక్కే వార్త గుప్పుమంది.

విషయం తెలిసి... పక్కింటికి పరుగున వెళ్ళింది సంధ్య. పిన్ని గారిని ఎలా పలకరించాలో అర్థం కాలేదు.

కోడలు అవుతుందని ఆశించిన పెళ్లికూతురు ఎవడితోనో లేచిపోయిందని వచ్చిన వార్తకు నిలువెల్లా క్రుంగిపోయారు ఆ దంపతులిద్దరూ.

"బాధ పడకండి... ఒక విధంగా పెళ్లికి ముందే ఈ పని చేసినందుకు సంతోషించాలి మనం. మీ అబ్బాయికి ఆ అమ్మాయి సరైన జోడి కాదుకాబట్టే ఇలా తప్పిపోయింది. మీవాడికి రాసి పెట్టున్న అమ్మాయి ఎక్కడో పుట్టే వుండి వుంటుంది. అన్నిటికీ కాలమే చూపిస్తుంది పరిష్కారం" అంటూ తనకు చేతనైన రీతిలో ఓదార్పు పలికింది సంధ్య.

అలా చెప్పిందే గానీ... తనకూ ఒక కొడుకున్నాడు. తనకాచ్చే కోడలి గుణగుణాలను ఎంతవరకు నమ్మొచ్చు? మాలో ఒక మనిషిగా కలిసిపోడానికి ఆమెకెంత కాలం పడుతుంది...? ఆలోచనలు సంధ్య మనసుని కలవరపెడుతున్నాయి.

వచ్చే అల్లుడు మంచివాడవ్వాలని – అమ్మాయి తల్లితండ్రులు ఆశిస్తారు. వచ్చే కోడలు తమలో కలుస్తుందో లేదోనని –అబ్బాయి తల్లితండ్రులు భయపడ్డారు

పిల్లల్ని కనేస్తే సరిపోదు. వారిని మంచిమార్గంలో పెంచి... వారికి సరైన భాగస్వామితో పెళ్లి చేస్తేనే... వారిని కన్న తల్లితండ్రులు పిల్లల జీవితానికో సార్థకత చూపించినట్లు.

కానీ... చేపల వేటలో జాలరికి తెలీదు... తాను నీటిలో వేసిన వల బయటకు తీసేవరకూ... అందులో ఎలాంటి చేపలు పడతాయో...?

అలాగే... ఈ పెళ్లి సంబంధాల వేటలో మనకు కూడా తెలీదు – గాలించిన వలలో ఎవరికి ఎలాంటివారు పడతారన్నది.

'మ్యారేజెస్ ఆర్ మేడ్ ఇన్ హెవెన్' అన్నారు అందుకే కాబోలు. ఆ ఇంటి నుంచి బయటపడుతూ... అనుకుంది సంధ్య !.

–(2017లో ప్రతిలిపి కథలపోటీలో బహుమతి పొందిన కథ).

వృత్తిదేవోభవ

"ఒరేయ్...మల్లన్నా"!

తండ్రి అట్టా పిలవంగానే... మోకాళ్ళ మధ్య తలదూర్చి... దిగాలుగా కూర్చున్న వాడల్లా చివుక్కున తలెత్తి చూసాడు... పదేళ్ల పసివాడు. చెంపల నిండా కన్నీరు కార్చిన చారికలతో కొడుకు ముఖం చూడంగానే... తల్లడిల్లిపోయాడు శివయ్య.

"ఏమయ్యిందిరా నీకు...? వారం దినాలబట్టి సూతున్నా నిన్ను. ఒకటే మంకుబట్టి కూకున్నావ్. నీయమ్మ సూడు... నిన్నలా సూసి సూసి ఎలా బెంబేలెత్తిపోతుందో. నీకీ ఉళ్ళో నేనేం తక్కువ సేసానో సెప్పు...! మనింటా వంటా సదువుకున్నోళ్లు లేకపోనా గానీ... నువ్వు సదువుకోదానికి బళ్ళో ఏశాను. నీకిట్టం లేదంటే సెప్పు... బడి మానేసి... నాకూడా వత్తానంటే రా ... నీకీయాల నుంచే గుండె దిట్టం సేసుకోడమూ వత్తాది." కొడుకు బాధేమిటో తెలియక తానూహించుకున్నది అడిగాడు శివయ్య ఎంతో ప్రేమగా.

తండ్రి మాటలకు... మల్లన్న కళ్లలోంచి జలజలా రాలిపడ్డాయి మరికొన్ని కన్నీటి చుక్కలు. శివయ్య కొడుకుని గుండెలకానుంచుకుని..."అలా ఏడవమాకురా. నీకొచ్చిన కట్టమేంటో సెప్పు...?" ఊరుకోబెడుతూ అన్నాడు.

ఈసారి మల్లన్న చొక్కాని పైకెత్తి... కళ్ల నీళ్లు తుడుచుకున్నాడు. "అయ్యా... నాకేమో పేరెందుకు అలా పెట్టావ్. నాకెం నచ్చలేదు. బళ్ళో అందరూ నన్ను అలా పిలుస్తూ నవ్వుకుంటున్నారు. నాకా పేరొద్దు. 'మల్లేష్' అని అందంగా

పెట్టకపోయావా...?" అమాయకంగా అడిగిన కొడుకు మాటలకు...పడి పడి నవ్వాడు శివయ్య.

"అరె... ఇందుకేనేట్రా...? అంతలా అయిపోనావు. నువ్వలా అనకూడదు. నీపేరు కేట్రా మన కులపు సాములోరి పేరది. మల్లన్నంటే... ఆ ఈశన్న పేరు. నాపేరేమో శివయ్య. నీ తాతదేమో సాంబయ్య. ఇవన్నీ సాములోరి పేర్లే".

"పో...అయ్యా...! నాకేం నచ్చలే. మా బళ్ళో పిల్లల పేర్లన్ని భలే బావుంటాయి. నాపేరు 'మల్లేష్' అని మారిపించయ్యా...!" అని దీనంగా కొడుకు అడిగేసరికి... శివయ్య వాడిని ముద్దాడి. "అలాగేరా బళ్ళో పంతులు గారితో సెప్పి మారిపించేత్తాను" అని తండ్రి చెప్పగానే అప్పుడొచ్చింది మల్లన్న మొఖంలోకి వెలుగు.

కొడుకు మొఖంలోని వెలుగుని చూసి... రత్తమ్మ కళ్ళు మెరిసాయి. పోనిద్దు మావా... ఆడికిష్టం లేని పేరుని తీసేసి ఆడు సెప్పిన పేరునే ఎట్టమను బళ్ళో పంతుల్ని, కొడుక్కి అన్నం ముద్ద నోట్లో పెడుతూ కొడుకుని తృప్తిగా చూసుకుంది. కొడుకు బాధ చూడలేక పేరుని మార్పించాడే గానీ.... ఎంత మాత్రమూ పేరు మార్చడం ఇష్టం లేదు శివయ్యకు.

"పర్లేదులేరా...! మల్లేష్ అన్నా శివుడి పేరే. అర్ధమేమీ మారిపోలేదు లేరా".... అంటూ బళ్ళో పంతులు చెప్పాకా... శివయ్య ఎంతగా సంబరపడ్డాడో...! 'మల్లన్న' 'మల్లేష్' గా మారిపోయాకా... వాడి మొఖంలో ఏదో సాధించానన్న ఆనందంతో పొంగిపోయాడు.

★★★

మల్లేష్ డిగ్రీ చదివాడు...! శివయ్య, రత్తాలు ఆనందానికి అంతులేదు. తమ కుటుంబంలో బాగా చదువుకున్నవారిలో తమ కొడుకు మాత్రమే.

కొద్దిసేపట్లో... ఇంటికి రాబోతున్న కొడుకు కోసం కళ్ళలో ఒత్తులేసుకుని ఎదురుచూస్తున్నారు.

ఈసురోమని ఇంటికొచ్చిన వచ్చిన కొడుకు చేతిలోని ఫైల్ని గిరాటేసి...

అక్కడే మోకాళ్ళ మధ్య తలపెట్టుకుని కూర్చున్నాడు. వాడు అలా కూర్చున్నాడు అంటే... వాడి మనసుకేదో అయ్యిందని తెలిసిపోతుంది వాళ్ళిద్దరికీ. వీడు చిన్నప్పటి నుంచీ అంతే. మనసులోనే బాధను నాన్చుకుంటూ... అడగ్గా అడగ్గా ఒక్కసారే కుండ బద్దలైనట్టు అరుత్తాడు. పెద్దయినా గానీ... ఆపసితనం పోలేదీడికి అనుకుంటూ కొడుకు దగ్గరగా వెళ్ళాడు శివయ్య.

"ఏరా... ఈసారి కూడా నీకుద్యోగం రాలేదా...?" అని అడుగుతూ కొడుకు తలపై చేయి వేస్తూ ఓదార్చాడు కన్న తండ్రి. తండ్రి చేతిని ఘిసురుగా తోసేశాడు. "లేదు... నాకిక ఏ ఉద్యోగమూ రాదు ".. అని చెప్పి గదిలోకి వెళ్లి తలుపేసుకున్నాడు మల్లేష్,

"సూడయ్యా... ఆడి బాధేటో..? కొడుకు చేష్టకి అక్కడే నీరుగారిపోతూ మొగుడ్ని దీనంగా అడిగింది రత్తాలు.

శివయ్య కూడా కొడుకు చేష్టకి హడలిపోయాడు. గబగబా లేచెళ్లి కిటికీ సందు గుండా చూసిన శివయ్యకు గుండాగినంత పనయ్యింది. "ఓరి నా కొడుకో... ఎంత పని సేత్తున్నావురా..?" అంటూ... తనకున్న కండ బలంతో ఒక్కతోపు తోసాడు తలుపుని. తలుపు గడియ ఊడిపోవడంతో... గబగబా లోనికెళ్లి ఉరేసుకోడానికి తయారవుతున్న కొడుకు చేతిలోని తాడుని లాగేసుకుని... చెంప మీద గట్టిగా ఒకటిచ్చాడు.

"ఒసేయ్ రత్తాలూ...! మనోడు సూడు..." అంటూ గావుకేక పెట్టి....

కొడుకు చేయబోయిన పని తట్టుకోలేక... ఆవేశంతో ఊగిపోయాడు శివయ్య. "ఏమొచ్చిందిరా నీకు...? నువ్వు సత్తే... అందరినీ కాలుత్తున్నట్టే.... నిన్నూ నాసేతుల్తోనే కాలిసేయమంటావా...? మేము సత్తే మా తల కొరిపెట్టాల్సినోడివి నువ్వు. నువ్వే మాకు కాకుండా పోతే... మాగతి ఎం గావాలా...? సెప్పరా సెప్పు...?" అంటూ... నిలదీస్తున్న తండ్రిని అసహ్యంగా చూసాడు మల్లేష్.

"వద్దయ్యా ...వొద్దు...! నువ్వెంత సేపూ శ్మశానం లోనే ఉంటూ...

శవాలు... కట్టెలూ... పిడకలు... కిరసనాయిలు వీటికి తోడు తాగడానికి కొంత సారా. ఇదే కదా నీ జీవితం. నేను చావాలనుకున్నప్పుడూ నీకిదే ఊసు. చిన్నప్పటినుంచీ నిన్ను

చూసి చూసి... చిరాకేస్తుంది. నీకు దూరంగా ఎక్కడికైనా పోయి ఉద్యోగం చేసుకుందాం అనుకుంటే... ఆ ఉద్యోగాలకూ పోటీయే. నాకు చచ్చిపోవాలనుంది.” తల బాదుకుని వెక్కి వెక్కి ఏడుస్తున్నాడు మల్లేష్....!

కొడుకు మాటలకు గుండె పగిలినట్టయ్యింది ఆక్షణం శివయ్యకు.

“ఒరేయ్... మల్లేసూ...! ఈ సాసానంలోనే తిరుగాడుతూ... శవాల్ని తగలెట్టుకుంటూ బతికే కులంలోనే నేను పుట్టి పెరిగానురా. అలా సంపాదించిన సొమ్ముతోనే నీకు కూడెట్టినా... సదివించినా... నిన్నింత వాడిని సేశాను కదరా. మా తాత ముత్తాతల నుంచీ ఈ రుత్తినిలా సేత్తన్నాము కాబట్టే... పోయినోళ్లందరినీ ఈమట్టిలో కలిపే పున్యం మనకే దక్కింది.

పెద్ద పెద్ద సదువులు సదివితేనే ఉష్ణోగాలు సేసుకుని డబ్బు గడించొచ్చని నువ్వెట్టా అనుకుంటున్నావో గానీ... ఏ సదువూ లేకపోయినా... దినానికి ఇదారు శవాల్ని తగలెట్టినా... శవానికి వెయ్యి రూపాయలు సొప్పున సూత్తే... ఇదారు వేలు గడించొచ్చు. మన రుత్తి నీకు సిన్నసూపుగా ఉందేమో గానీ... మనకదే ఆ పరమశివుడు సూపించిన బతుకుతెరువు. నీకిట్టం లేకపోతే... ఈపని సేయమాకు. అసలే మీయమ్మకు నువ్వంటే పేనం. నువ్వేమైనా అయితే అది బతుకలేదు. నా కట్టంతోనే నిన్నూ పోసించుకుంటాను గానీ నువ్విలాటి సావు సావాలనుకుంటే నామీదొట్టే...!” కొడుకుని గట్టిగానే మందలించాడు శివయ్య.

“పోవయ్యా...! నాకొడుకు ఈయాల కాకపోతే రేపన్నా పెద్ద ఉజ్జోగమే సేత్తాడు. ఆడికిట్టం లేని పని సెప్పమాకు” అంటూ కొడుకు ఆశ నెరవేరాలన్నట్టు మనసులోనే అమ్మోరుకి మొక్కేసుకుంది తల్లి రత్తమ్మ.

తండ్రి మాటలు విన్నాకా... ఏదో చేయాలన్న స్ఫూర్తి మాత్రం కలిగింది. అందుకే మరేమీ సమాధానం చెప్పలేదు మల్లేష్.

కొద్ది రోజులు గడిచాయి....

కొడుకు మల్లేష్ చేస్తున్న పనికి ఇప్పుడెంతో... సంతోషంగా వున్నాడు.

శివయ్య...! చిన్నప్పుడు మల్లన్న నుంచి మల్లేష్ లోకి పేరు మార్చినా కుల దేవుడైన శివుడు పేరులోంచి తప్పుకోలేదు. శవాలు తగలెట్టే వృత్తి నుంచి దూరంగా పారిపోదామనుకున్నా... మనసు మార్చుకుని అదే వృత్తిని చేస్తూ కొడుకు తనను అనుసరిస్తున్నందుకు... ఆ తండ్రికి అంతకంటే సంతృప్తి ఏముంటుంది...?

రత్తమ్మ కూడా కొడుకు బాగా సంపాదించుకుని ప్రయోజకుడయ్యాడని ఎంతో సంబరపడిపోయింది. "ఆనాడు నాను సెప్పాను కదయ్యా...! ఏనాడన్నా మనోడు మంచి ఉస్తోగమే సేసుకుంటాడని." మొగుడితో ఆనాడెప్పుడో అన్న మాట కళ్ళచూడ్డంతో మురిసిపెంగా చూసుకుంది కొడుకుని.

తన మాతృమూర్తి కళ్ళల్లో కోటి వెలుగుల కాంతిని చూసి మనసు నిండిపోయింది. ఆనాడు తండ్రి వృత్తిని ఛీ కొట్టినా... తండ్రిని చూస్తుంటే గర్వంగా అనిపిస్తుంది ఈనాడు... వారి కొడుక్కి కూడా.

వృత్తి అదే అయినా... మల్లేష్ సంతృప్తిగా చేసుకుపోతున్నాడు. చదువుకున్న యువకుడు కదా... కాకపోతే ఆపనిలో కొంచెం ఆధునిక పద్ధతిని తీసుకొచ్చాడంతే...!

తండ్రి బాటకు కొత్తమెరుగులు అద్దాడు.

అదే....'విద్యుత్ క్రెమిటోరియం!'.

–(13.09.2019 గో తెలుగు.కామ్ వారపత్రికలో ప్రచురించిన బహుమతి పొందిన కథ)

మూగబోయిన మౌనగీతం

'కాకి ముక్కకి దొండపండా...?'

'పార్టీలో వారిద్దరినీ చూసాకా... నా మనసెంతగా ఈర్ష్య పడిందో...! నా పరిస్థితీ అదే కదా అనుకున్నాను.

అక్కడ – రఘురామ్ కాకైతే... వాడి భార్య దొండపండు.

ఇక్కడ – నేను దొండపండైతే... నాభార్య కాకి.

ఎంతో 'మన్మధుడిలా వుండే నాకు... ఓ మోస్తరు అందమున్న అమ్మాయి మాత్రమే భార్యగా వచ్చింది. అందులోనూ నల్లటి తుమ్మమొద్దుని కట్టుకున్నందుకు మనసంతా పాడైపోయింది. ఆలోచిస్తుంటే... పిచ్చెక్కిపోతుంది. ఎంతైనా... తల్లిదండ్రుల్ని అనాలి. సంబంధం చూసేటప్పుడు... నాలాంటి అందగాడికి తగ్గ అమ్మాయిని చూడాలన్న ఇంగిత జ్ఞానం వాళ్లకు లేనందుకు. నా అంతట నేను నచ్చిన అమ్మాయిని చేసేసుకోలేక కాదు. అలా చేసుకుంటే... మావాడు మాపరువు తీసేసాడని కాకిగోల చేసేవారు. వారి పెద్దరికానికి కొంచెం గౌరపం ఇచ్చినందుకేగా నాజీవితంతో ఆడుకున్నారు. పెళ్లి చూపుల్లో అమ్మాయి నాకు నచ్చకపోయినా... పదెకరాల పంట పొలం, పది లక్షల కట్నం, వంద కాసుల బంగారం ఇస్తున్నారని ఆశపడి... నన్ని పెళ్లికి బలవంతంగా ఒప్పించారు. నాకున్న బ్యాంక్ ఉద్యోగం తప్పించి... వెనకేమీ ఆస్థిపాస్తులేమీ లేకపోవడంతో... తలూపక తప్పలేదు. మనసు ఏడుస్తున్నా... నవ్వు ముఖంతో తాళి కడుతుంటే... తల వంచుకుని కట్టించుకుంటున్న నాభార్య ముఖంలో ఎంత వెలుగు వెలిగిందో...! నాలాంటి అందగాడు తనకు భర్తయ్యాడంటే... ఆమె మనసంతా

పండగేగా మరి.

'కాకి ముక్కికి దొండపండు దొరికాడు, అంటూ మా పెళ్ళైన రోజే ఎవరో అనుకోవడం వినిపించినప్పటి నుంచీ మరీ బురదలో కాలేసానేమో అనిపించింది నామనసుకు. బురదైతే... కడుక్కుని వదిలించుకోవచ్చు. కానీ జీవితాంతం వదిలించుకోలేని వివాహ బంధమైపోయింది నాభార్య. ఏదో యాంత్రికంగా... ఆమెతో సంసార జీవనం సాగిస్తున్నాను గానీ నాలో ఏ కోశానా... తృప్తి అంటూ లేదు. తెల్లగా మిసమిసలాడుతూ... చక్కని కనుముక్కు తీరు, పొందికైన ఒంటితీరుతో ఏ ఆడవాళ్ళు కనిపించినా... నాలో ఏదో ఇన్ఫీరియారిటీ కాంప్లెక్స్ చోటుచేసుకుంటుంది. అలాంటి అందమైన అమ్మాయిని నేను భార్యగా పొందలేకపోయానే అని. జరిగిందంతా... జరిగిపోయింది. చేసేదిలేక... నాభార్యతోనే కాపురం చేస్తున్నా... నాలో ఒక్కసారైనా నా మనసుకు నచ్చిన పరాయి స్త్రీతో ఒక్క రాత్రైనా గడపాలనే కోరిక బలంగా నాటుకుపోయింది. కానీ... ఎలా..? నాకైతే... బజారు మనుషుల దగ్గరకు వెళ్ళాలంటేనే భయం. ఎవరికి ఎలాంటి జబ్బులుంటాయో అని. అందుకే... పెళ్ళె ఐదేళ్ళు దాటిపోతున్నా... నా కోరిక కోరికగానే ఉండిపోయింది. నేను యవ్వనప్రాయంలో వుండగానే అలాంటి అవకాశం, అదృష్టం కలిసి రావాలని ఎప్పటికప్పుడు ఎదురుచూడని రోజు లేదు.

నిజానికి నాభార్య నలుపన్నమాటే గానీ... తనలో అన్ని లక్షణాలూ ఉన్నాయి. పల్లెటూరు పిల్ల కావడం వల్ల... ఇంటిని చక్కబెట్టుకుంటూ... రుచికరమైన వంటలు చేస్తా... నాకు సమయానికి అవసరమయ్యే అన్ని పనులూ చక్కబెడుతుంది. పడక విషయంలో... భార్యతో దాంపత్య జీవనం యాంత్రికంగా సాగిస్తున్నా... ప్రతిరాత్రి నాకు నచ్చిన పరాయి స్త్రీని పొందాలనే కోరిక మాత్రం నాలో జ్వలిస్తూనే ఉంది.

పడగ్గదిలో పడుకున్నానే గానీ... మనసంతా రఘురామ్ భార్య మీదే ఉంది...! ఆమె గనుక నాకు భార్యగా రాసివుంటే జీవితాంతం స్వర్గంలో విహరించేవాడినేమో. ఆమెను చూసినప్పటి నుంచీ నాకళ్ళలోనే మెదులుతుంది. మనసంతగా ఇష్టపడింది ఆమెను. ఎంతో లావణ్యం సంతరించుకున్న ఆమె... అసలా రఘురామ్ గాడిని ఎలా కట్టుకుందో...? నాకైతే వాడి అదృష్టానికి కుళ్ళికుళ్ళి ఏడవాలనుంది. ఎంతో పుణ్యం

చేసుకుంటేనే అలాంటి భామలు భార్యలుగా దొరుకుతారేమో...? వాడు చేసుకున్న పుణ్యమేమిటో...? నేను చేసిన పాపమేమిటో...? నాకర్థం కావడంలేదు.

నాభార్య నాపక్కకొచ్చి ఎప్పుడు పడుకుందో కూడా గమనించలేదు నా ఆలోచనతో. కళ్ళు మూసుకున్ననే గానీ... రెప్పల చాటున ఆ అందాలరాశి అందమే దోబూచులాడుతుంది. పచ్చని శరీరఛాయ. నవ్వితే బుగ్గన సొట్టపడుతూ ముద్దొచ్చే ఆకర్షణ, నాగుపాము లాంటి పొడవాటి జడ, నయాగారం లాంటి నడుము... ఎత్తుకు తగ్గ వంటి తీరుతో బాహ్యంగానే అందాలతో కనువిందు చేస్తుంటే... ఆమె లోపలి అందాలు ఇంకెంతగా కళ్ళు జిగేలుమనిపిస్తాయో...? ఆమెను ఆ విధంగా కూడా చూడాలని పిచ్చి కోరిగ్గా ఉంది. ఆమెను చూసిన మొదటిసారే... నా గుండెకేమయ్యిందో తెలీదు. పదే పదే గుర్తుకొస్తుంది ... తనువంతా తహతహగా ఉంది. హుషారు సినిమాలో మనసునీ తనువునీ ఎక్కడికో తీసుకెళ్ళిపోయి తన్మయించే రసవత్తరమైన పాట... కళ్ళ ముందు మెదులుతుంటే... ఆమెను అలాగే గుండెల్లో పొదువుకోవాలనే కాంక్షతో మనసులోనే మౌనంగా ఎన్నిసార్లు పాడుకున్నానో...

'ఉండిపోరాదే గుండె నీదేలే

హత్తుకోరాదే గుండెకే నన్నే'

అంతగా... ఆమెను అల్లుకుపోవాలని. కానీ ఎలా...? ఆమెతో ఆ సౌఖ్యం నాకు దక్కేదెలా...? ఆరాత్రంతా ఆమెతో గడిపిన ఊహలే ఏదో లోకానికి తీసుకెళ్ళిపోయాయి. ఇక ఆమెతో ఒక్కసారైనా గడిపే ఛాన్స్ వస్తే... ఈ జన్మ ధన్యమే. నాలో కోరిక బలంగా పెరుగుతుంటే... రఘురామ్ భార్యను ఎలా వల పన్నాలో తెలీడం లేదు. ఆలోచిస్తుంటే... టక్కున గుర్తొచ్చింది...!

అన్నట్లు రఘురామ్ సస్పెండ్ అయ్యాడు. ఎంక్వయిరీ కూడా అయిపోయింది. నేనే ఎంక్వయిరీ రిపోర్ట్ సబ్మిట్ చెయ్యాలి. దీనిని నేను ఎందుకు ఉపయోగించుకోకూడదు..? ఆ ఆలోచన రాగానే... నాలో చిన్న చిగురాశ తొడిగింది. ప్రయత్నం చేస్తే ... చూడాలి అతను ఏమంటాడో...? మనసులోకి వచ్చిన

ఆగిలిగింతతో పాటూ సందిగ్ధత కూడా చోటు చేసుకోవడంతో ఆ ఆత్రుత నుంచి ఎంత త్వరగా బయటపడదామా అని ఉంది.

మర్నాడు ఆదివారం కావడంతో... రఘురామ్ కి ఫోన్ చేసి...''నీతో చిన్న పని ఉంది...బయట ఎక్కడైనా కలుసుకుందామా'' అని అడిగాను. బ్యాంక్ అధికారిని కావడంతో... రమ్మన్నదే తడవుగా రావడానికి వినయంగా రెడి అయ్యాడు. నా ప్లాను సఫలీకృతమయ్యేలా రఘురామ్ ని మంచిమాటలతో బుట్టలో పడేయాలి అనుకుంటూ... ఇన్ని గంటలకు ఫలానా రెస్టారెంట్ కి రమ్మని చెప్పాను.

నేను చెప్పినట్టుగానే... ఉదయం పదయ్యేసరికి తాజ్ రెస్టారెంట్ దగ్గర నాకోసం నిరీక్షిస్తున్నాడు. అతన్ని అలా చూడగానే... నేను అడగబోయే కోరికకు అతనెలా రియాక్ట్ అవుతాడోననే గుబులు నన్ను కొద్దిగా ఆవరించకపోలేదు.

అయినా... నేను స్థిరంగా ఉండాలనే గట్టి తలంపుతో... నా కోరికను సడలించుకోదల్చుకోలేదు.

రెండు కాఫీ ఆర్డర్ ఇచ్చాను. సర్వర్ తెచ్చిన కాఫీ కప్పును అతని వైపు తోస్తూ... ఆఫర్ చేసాను. నా ఎదుట అలా కూర్చోవడం అతనికి ఇబ్బందిగా ఉన్నట్టుంది. ''పర్లేదులే...! నాతో ఇక్కడ కాస్త ఫ్రీగా ఉండచ్చు'' అంటూ... భుజం తట్టాను.

ఉద్యోగరీత్యా... ఆవిషయం ఈవిషయం మాట్లాడుతూ... తనని త్వరగా సస్పెన్షన్ నుంచి తప్పించే పూచీ నాదని చెప్పాను.

నావైపు ఎంతో కృతజ్ఞతగా చూసాడు. ''అయితే... నీవొక మాట ఇవ్వాలి నాకు'' అంటూనే... విచక్షణ కోల్పోయి ఏ భర్తనీ అడగకూడని కోరికను అడిగేసాను. రఘురామ్ విస్తుపోయాడు...!

ఆ మాటడిగినందుకు వెంటనే నా చెంప చెళ్లు మనిపించనందుకు నేనూ విస్తుపోయాను.

నా పాడు కోరికకు వెర్రిముఖం వేసాడు. అతన్నలా చూశాకా ... నాలో పూర్తి ధైర్యం వచ్చింది. నాకు తెలుసు... నన్ను చంపేస్తాననో... నరికేస్తాననో... ఇలాంటి

మాటలు నాపై ప్రయోగించలేదని. నా అవసరం రఘురామ్ కి ఎంతైనా ఉంది. మరేమనుకున్నాడో...ఏమో...?

"నాకు రెండు రోజులు టైం ఇవ్వండి. నా భార్యను ఒప్పించాలి కదా..." గొంతు పెగుల్చుకుని... ఎలాగైతే సగం మాట ఇచ్చాడు ఆరోజుకి.

"సరే రఘురామ్...! రెండు రోజులు కాకపోతే వారం రోజులు తీసుకో. వచ్చే ఆదివారం నాటికైనా నాకు గ్రీన్ సిగ్నల్ ఇవ్వాలి. అప్పుడే... నువ్వు సస్పెన్షన్ నుంచి రీజాయినింగ్కి అయ్యే ఏర్పాట్లు త్వరగా చేయగలను" అంటూ కండీషన్ పెట్టాను.

సమాధానంగా తల ఊపీ వూపనట్టు అక్కడ నుంచి కదిలెళ్లిపోయాడు. అలా వెళ్తున్న రఘురామ్ ని చూస్తుంటే... మనసంతా ఆనందం అల్లుకుపోయింది. ఎందుకో ఇన్నళ్లకైనా నా వాంఛ నెరవేరబోతుంది అనే గట్టి నమ్మకం కుదిరింది.

నేనాశించినట్టే....

ఆదివారం రేపనగా... రఘురామ్ గ్రీన్ సిగ్నల్ ఇచ్చేసాడు. నాలో ఏదో తెలియని ఆనందం. అయితే... తన భార్య చిన్న షరతు పెట్టిందంట. 'తాను ఆ పనికి ఒప్పుకోవాలంటే... ఆ ఇంటి గడప దాటి కాలు బయట పెట్టదట. వారింటికే వచ్చి గుట్టుగా వ్యవహారం చక్కబెట్టుకోమని చెప్పిందంట.' ఆ మాట వింటూనే... నా ఊహలకు రెక్కల్ొచ్చి స్వర్గం చుట్టివచ్చినట్టు ఫీలయ్యాను. నన్ను నేను గిల్లుకుని చూసుకున్నాను. ఇంత చటుక్కున పనవుతుందని నేననుకోలేదు. లోపల ఉబికి వస్తున్న ఆత్రాన్ని ఆపుకుంటూ... "సరే లేవోయ్ మీ ఆవిడ నాకోరిక తీరుస్తాననడమే మహా భాగ్యం. మీ ఆవిడ చెప్పినట్టుగా మీఇంటికే రేపొచ్చేస్తాను" అనేసాను.

ఆమె నాసొంతం కావడానికి ఆ భార్యాభర్తల మధ్య ఏం పడ్డారో నాకనవసరం అనిపించింది.

ఆరోజు రాత్రంతా... నాకు నిద్ర పడితే ఒట్టు. ఆ అందాల రాశి, అపురూప సౌందర్యవతిని అనుభవించబోతానన్న నిజాన్ని జీర్ణించుకోలేకపోతున్నాను. తనివితీరా ఆమె అందాల్ని ఆస్వాదించాలి. ఒక్క రేయితో... జీవితాంతం మర్చిపోలేని తీయటి మధురానుభూతుల్ని మిగుల్చుకోవాలి. నాకున్న కోర్కెల చిట్టా విప్పాలి. మళ్లీ

ఇలాంటి అవకాశం వస్తుందో లేదో...? వచ్చిన ఈ అవకాశం నన్నెంతో రసానుభూతుల్ని కలిగిస్తుంటే... తన్మయత్వంతో... ఆమెనే తలచుకుంటూ మంచంపై పొర్లాను.

మర్నాడు సాయంత్రం శుభ్రంగా స్నానం చేసి... ఇస్త్రీ చేసిన లాల్చీ పైజామా వేసుకుని... పెర్ఫ్యూమ్ జల్లుకుని... బయటకు బయలుదేరుతుంటే... నావైపు అదోలా చూసిందే గానీ... 'ఎక్కడికండీ...?' అని అడగలేక నోర్మూసుకుంది నాభార్య.

సరాసరి రఘురామ్ ఇంటికెళ్లి తలుపు కొట్టాను. తలుపు తీస్తూ...''రండి సార్... మీకోసమే ఎదురుచూస్తున్నా'' అంటూ లోనికాహ్వానించాడు. నాకు మాటిచ్చినందుకేమో... అతనిలో ఎలాంటి అభ్యంతరమూ కనిపించలేదు నాకు.

పరాయి మగాడి భార్య కోసం వచ్చినందుకు ఒక్క క్షణం నాకే సిగ్గనిపించింది. తటపటాయిస్తూనే లోనికెళ్లి కూర్చున్నాను. ఇప్పుడే వస్తానంటూ... లోపలికి వెళ్లి భార్యను వెంటపెట్టుకుని వచ్చాడు.

నన్ను చూపిస్తూ....''ఈయన మా మేనేజర్ దివాకర్ గారు'' అంటూ పరిచయం చేసాడు భార్యకు. అలాగే ఆమెను కూడా నాకు పరిచయం చేస్తూ...''నా భార్య రాశి '' అన్నాడు.

''నమస్కారమండీ...!''అంటూ... రెండు చేతులూ జోడించిన రాశిని చూసేసరికి... ఆ చేతిని అందుకుంటూ... అమాంతం ఒడిలోకి లాక్కోవాలనిపించింది. ఎదురుగా ఆమె భర్త ఉండటంతో... నిగ్రహించుకుని... అప్రయత్నంగా నేనూ చేతులు జోడించాను. ఆ అందాలరాశి వయసూ సొగసే కాదు... మాట కూడా అమృతంలా ఉంది నాచెవులకి. రఘురామ్ తన భార్యకి ఏదో సైగ చేసి...'' సార్ నేను బయటకు వెళ్తాను. ఈలోపు మీరొచ్చిన పని కానిచ్చుకోండి'' అంటూ హడావిడిగా బయటకు వెళ్లిపోయాడు.

అప్పటివరకూ ఎన్నో ఊహల్లో ఉన్న నేను... వచ్చిన ఆ అవకాశాన్ని దుర్వినియోగం చేయకూడదనుకుంటూ ఎలా మొదలుపెట్టాలా అని ఆలోచిస్తున్నాను. రాశి నావైపు చూసి కైపుగా నవ్వింది... నన్ను మరింత రెచ్చగొట్టేలా.

"ఒక్క నిమిషం" అంటూ లోనికెళ్లింది. ఆ మరునిమిషమే... పళ్ళు, స్వీట్స్, జ్యూస్ ఒక ప్లేట్ లో పెట్టి తీసుకొచ్చి తీసుకొమ్మని చెప్పి... నా ఎదురుగా కూర్చుంది. ఆమెను అలా చూస్తుంటే... ఆమె అందాన్ని జుర్రుకుని తాగాలనిపిస్తుంది. జ్యూస్ గ్లాసు నందుకుని... మీరూ తీసుకొందని గ్లాసు నందిస్తూ... తాకీ తాకనట్టుగా ఆమె చేతిని తాకాను. ఆ కొద్ది స్పర్శకే నాలో నరాలు జివ్వుమన్నాయి. ఆమె జ్యూస్ తాగుతుంటే... ఆ ఎర్రటి పెదాలు మరింత మత్తెక్కిస్తున్నాయి. కొద్దికొద్దిగా సిప్ చేస్తూ నన్ను చూసి నవ్వింది. ఆ నవ్వు చాలు ఇష్టపూర్వకంగానే నాకు దగ్గరవ్వడానికి ప్రిపేర్ వుందని. నాలో ఎక్కడలేని తెగువా వచ్చేసింది. ఆమె అందాన్ని పొగుడుతూ ఆమె పక్కకి చేరాను. ప్రతి మాటకూ నవ్వుతూ కిలకిలమంటుంటే... బుగ్గన పడుతున్న సొట్టల్ని చటుక్కున ముద్దు పెట్టుకోవాలనిపిస్తుంది. ఆమె అందం ఊరిస్తుంటే... కోరికతో దగ్గరగా జరిగి... ఆమె తొడపై చేయివేశాను. అప్పుడే "అంత తొందరెందుకు" అంటూ సుతారంగా నా చేయిని పక్కకు తీసి... పైకి లేస్తుంటే పట్టులాంటి ఆమె చేతిని మరింత సున్నితంగా పట్టుకున్నాను. "అబ్బా... వుండండి" అంటూనే నా చేయి విడిపించుకుని... ఆమె బెడ్రూంలోకి దారితీసింది. రెండు నిమిషాలు ఆగి చూసి... ఇక ఆగలేక ఆమె వెళ్లిన పడక గదిలోకి నేనూ అడుగు పెట్టాను.

తాను బాత్రూంలో వున్నట్టుంది. నీళ్ల శబ్దం వినిపిస్తుంటే... నాలో కోరిక మరింతగా రాజుకుంటుంది. ఇంతలో సెల్ ఫోన్ మోగడంతో తుళ్ళిపడ్డాను. "కొద్దిగా ఫోన్ చూస్తారా...? మా వారు వదిలేసినట్టున్నారు..." బాత్రూం తలుపు కొద్దిగా వారగా తీసి మొహం బయటకు పెట్టి గోముగా అడిగింది. మొహం కడుక్కుంటున్నట్లు ఉంది. సబ్బు నురుగతో ఉన్న ఆమె మొహం మబ్బుల్లోంచి తొంగిచూస్తున్న చందమామలా ఉంది. అప్పటికే నా నరాలు జివ్వన లాగేస్తున్నాయి. ఇక క్షణమైనా ఆగకూడదనుకుంటూ వెంటనే సెల్ ఫోన్ అందుకున్నాను.

ఫోను స్క్రీన్ పై డాక్టర్ శేఖర్ అనే పేరు చూసి తటపటాయిస్తూ కాల్ రిసీవ్ చేసుకున్నాను. అవతలి నుంచి ..."ఒరేయ్ రఘురామ్" అంటూ డాక్టర్ మాటలు...

పూర్తిగా విన్నాకా... నాలో ఏదో అశక్తత. అంతటి సుందరాంగి విష వలయంలో చిక్కుకుందనే వేదన. అదంతా నమ్మబుద్ది కాలేదు. కానీ... ఆమాటలు ఒ

డాక్టర్ నోటి నుంచి నేరుగా వినిపించిన ఓ భయంకరమైన సత్యం. మనసంతా ఒకటే అలజడి. అక్కడిక వుండడం ప్రయోజనమూ లేదనిపించింది.

బాత్రూమ్ వైపు చూసాను. నీళ్ళ శబ్దం వినిపిస్తూనే ఉంది. నెమ్మదిగా అడుగులో అడుగేసుకుంటూ... అక్కడనుంచి బయటపడ్డాను. కార్ స్టార్ట్ చేసాను. ఎలా డ్రైవ్ చేశానో... ఎలా ఇంటికొచ్చి మంచం మీద పడ్డానో నాకే తెలీదు. మైండ్ బ్లాకయ్యింది.

తెల్లారింది...!

రాత్రంతా నిద్రలేదేమో...! తెల్లవారుఝూమున నిద్రపట్టింది. బద్దకంగా లేచి పెరట్లోకి వెళ్ళాను. ఏదో కూనిరాగం తీసుకుంటూ అంట్లు తోముతుంది నా భార్య. ఎప్పుడూ లేంది ఆ రాగం కూడా తీయగానే వినిపించింది నాకెందుకో. ఒక చెవి అటేసి వింటున్న నన్ను చూసి... "లేచారా... ఇప్పుడే వెళ్ళి కాఫీ తెస్తాను. ఈ పనిమనిషి చెప్పాపెట్టకుండా ఈరోజు మానేసింది. మీరింకా లేవలేదని ఈ పని పెట్టుకున్న" అంటూ కంగారు పడింది.

"పర్లేదు...! నువ్వు నీ పని కానీ నేనింకా పళ్ళుతోముకోవాలి " అని చెప్పి బ్రష్ అందుకుంటూ... మరోసారి నా భార్యను చూసాను. నీరెండకి మొహం మీద పడుతున్న చమటను తుడుచుకుంటూ... గబగబా గిన్నెలు కడిగేస్తుంది. ఒంగుని ఉన్న తన నడుమొంపుని చూసి ఎంతో పొందికగా వుందనిపించి మనసారా... తనివితీరా చూసాను. నల్లగా ఉందని ఏనాడూ అంత పట్టింపుగా నాభార్యను చూసెరుగను. ఏదో ముక్తసరిగా చీకట్లో ఆమెతో సంసారం చేయడం తప్పించి. ఎప్పుడూ ఏదో పనిచేసుకుంటూనే, చిన్న కూనిరాగం తీసుకుంటూ... భర్తే సర్వస్వం అనుకునే ఆడవాళ్ళలో నాభార్య కూడా సగటు మనిషి. అందుకేనేమో...? ఆరోగ్యంగా మిసమిసలాడుతూ ఉంది. ఒద్దికగా, హ్రాదుపుగా సంసారం చేసుకుంటూ... తన మాంగల్య బలానికి పూజలూ పునస్కారాలు చేసుకోవడమే గానీ... నన్నే మాట అనడం గానీ... సాధించడం గానీ ఎప్పుడూ| వినీ ఎరుగను. తన సాన్నిహిత్యాన్ని, ఇష్టాన్ని నిర్లక్ష్యం చేసాన్నాళ్లు. అందం అనేది మానసికమైనది గానీ... బాహ్యమైనది

కాదని విన్నాను... చదివాను. అయినా ఇన్నాళ్లూ నన్ను మార్చలేకపోయాయి. సమయానికి డాక్టర్ నుంచి ఆ ఫోను వచ్చింది కాబట్టి సరిపోయింది. లేదంటే... క్షణికావేశంతో... నిన్న ఆమెతో కలిసిపోయి వుంటే... నా గతి ఎలా మారేదో...? బహుశా నాభార్య చేసుకున్న పుణ్యఫలమే నన్ను అలా కాపాడి ఉంటుంది.

కాఫీ అందిస్తున్న నాభార్య కళ్లలోకి మొదటిసారిగా అనురాగంతో చూస్తూ అనుకున్నాను. ఇంట్లో కమలాన్ని పెట్టుకుని బురదలో కాలేయబోయానని. రాశితో గడుపుదామనుకున్న ముచ్చట్లన్నీ... నా భార్యని చూస్తుంటే... తీర్చుకోవాలనిపిస్తుందిప్పుడు. నామనసుకు పట్టిన చీడంతా వదిలిపోయినట్టు... అమావాస్య కాస్తా పున్నమి వెన్నెల్లా మారిపోయినట్టు... ఏదో అనుభూతి నాలో.

ఆ రాత్రి... నాలోని కొత్త కోరికల్ని పసిగట్టి... తనలో స్వర్గాన్ని చూపించింది నాభార్య. ఆరోజు మొదలు ప్రతిరేయిలోనూ... ఏదో కొత్తదనం పుడుతూనేవుంది.

మరి కొన్నాళ్లకు... కొలీగ్ కొడుకు పుట్టినరోజు ఫంక్షన్లో... రఘురామ్ తో పాటూ అతని భార్య రాశి కూడా కనిపించింది. రోజూ కనిపించే రఘురామ్ ఎదుటే బుర్ర ఎత్తుకోలేక చస్తుంటే... అతని భార్య కూడా ఎదురవ్వడంతో మొహం చాటేశాను.

ఆమె తలంపుకాస్తే ఇప్పుడెలా ఉందో అనుకునేవాడిని. కానీ మందులు వాడుతున్నట్టుంది. చూడ్డానికి బానే ఉందనిపించింది. ఆమెలో ఎలాంటి మార్పూ లేదు. ఈసారి ఆమెను చూసినా గానీ... ఎందుకో నాలో ఎలాంటి చలనమూ, వాంఛ కనిపించలేదు. నాకే ఏదో తప్పు చేసిన ఫీలింగ్. వారిముందు నుంచి తప్పించుకుని వెళ్లిపోదామనుకుంటుండగా... వారిద్దరూ నా దగ్గరకు రానే వచ్చారు. "బాగున్నారా...?" అడిగింది రాశి.

"హా..." అంటూ... ముక్తసరిగా సమాధానమిచ్చాను. ఎందుకో నా తప్పును ఒప్పేసుకుని... ఆ అపరాధ భావం నుంచి బయటపడదామనిపించింది. అలా అనిపించగానే... "మీ ఇద్దరూ నన్ను క్షమించాలి. ఆ రోజు మీ ఇంటికి నేనొచ్చి ఉండకూడదు. అలా మిమ్మల్ని ఆశించనూకూడదు. ...." తల దించుకుని నాతప్పును ఒప్పుకున్నాను.

ఆ భార్యా భర్తలిద్దరూ నన్ను చూసి... మునిమునిగా నవ్వుకున్నారు. వారలా ఎందుకు నవ్వుకున్నారో నాకర్థం కాలేదు గానీ... వారి కళ్ళలోకి సూటిగా చూడలేకపోయాను.

"సర్...! మీరిక ఆ విషయం గురించి మర్చిపోండి." అంటూ... అక్కడనుంచి కదిలివెళ్ళిపోయారు.

అలా వెళ్తున్న వారివైపు పశ్చాత్తాపంతో చూసాను. వారి దృష్టిలో నేనెంతగా దిగజారిపోయి వుంటానో...? నాభార్యతో మాత్రమే సుఖానుభూతిని పొందుతున్నానంటే వారు నమ్మరేమో...? నేనెందుకలా... పరాయివాడి భార్య కోసం దిగజారాలని చూసానో...? నా పాడు బుద్ధికి నాకే అసహ్యం వేసింది.

★★★

పార్టీ నుంచి ఇంటికెళ్ళడానికని బయల్దేరాను. కారు పార్కింగ్ దగ్గర రఘురామ్, అతని భార్య రాశి పగలబడి నవ్వుకుంటున్నారు.

వారికి కనబడకుండా కారు చాటున నిల్చొని వారి మాటలు వింటున్నాను. "మనల్ని మనం రక్షించుకోడానికి మనం ఆడిన నాటకం తో పాపం... మా మేనేజర్లో చాలా పరివర్తన వచ్చింది. ఇలాగైనా... అతనిలో మార్పు తీసుకొచ్చి.. మంచి పని చేసాము." అంటూ నవ్వుతూనే చెప్తున్నాడు రఘురామ్.

"ఆ రోజు ఫోన్లో మీరు మాట్లాడిన మాటల్ని నిజంగా డాక్టర్ చెప్పినవే అనుకున్నాడు పాపం. అంతేకాదు పార్టీలో నిజంగా నేను ఎయిడ్స్ రోగినేనని నావైపు సానుభూతిగా చూస్తున్నాడు మీ మేనేజర్..." అంటూ కిలకిలా నవ్వుతోంది రాశి.

వారిమాటలు విన్నాకా... నా కళ్ళు బైర్లు కమ్మాయి. ఆరోజు జరిగింది గుర్తొచ్చింది.

ఆరోజు... అప్పుడు ఏం జరిగిందంటే....

రాశి అందుకోమని చెప్పిన ఆ సెల్లో... డాక్టర్ శేఖర్ పేరుతో... రఘురామ్ మొబైల్ నెంబర్ ఫీడ్ చేసి ఉంచడంతో... నేను విన్న మాటలు నిజంగా డాక్టర్ గారివే అని నమ్మాను..

"ఒరేయ్ రఘురామ్...! నేనుశేఖర్ ని. నా అనుమానమే నిజమయ్యింది. నీ భార్యకు ఈ మధ్య ఒంట్లో నలతగా వుంటుందంటూ నా హాస్పిటల్ కి వచ్చావు కదా... ఆమెకు అన్ని రక్తపరీక్షలు చేయించాను. రిపోర్ట్స్ హెచ్ఐవీ పాజిటివ్ వచ్చింది. నువ్వేం కంగారు పడకు. మంచి మందులు ఉన్నాయి... ఇప్పిద్దాం . ఆమె కోలుకుని బయటపడేలా చేస్తాను. నువ్వేం దిగులు చెందకు." అంటూ... చెప్పిన ఆ మాటలు డాక్టర్ వి కాదన్నమాట. రఘురామే అలా మాట్లాడన్నమాట...! వాస్తవం తెలిసాక నా కాళ్ళ కింద భూమి కంపించింది.

ఆరోజు హెచ్ఐవీ అనే పదం వినగానే నా గుండెల్లో బాంబు పడ్డట్టయ్యింది. కళ్ళు బైర్లు కమ్ముతున్నట్టయ్యింది. వెంటనే ఫోనక్కడ పడేసి... పిల్లిలా జారుకున్నందుకు ఈరోజు వీళ్లిలా హేళనగా నవ్వుకుంటున్నారన్నమాట...!

నా మొహం జేవురించింది.

ఈ పరాభవం చాలు...! జీవితాంతం ములుకులా హృదయాన్ని గుచ్చుతూనే వుండటానికి.

కారుని విసురుగా డ్రైవ్ చేయసాగాను. ఆలోచిస్తున్న కొలదీ... ఆ పరిస్థితులలో వాళ్లని వాళ్లు కాపాడుకోవటానికి వాళ్లు చేసింది కరెక్టే అనిపించింది..

ఈ కారణంగా అయినా నా భార్యకు దగ్గరవటం కూడా జరిగినందుకు అన్ని విధాల కథ సుఖాంతమైందనిపించింది.

మౌన గీతాన్ని కూడా మూగబార్చేసి... నా భార్యలోనే స్వర్గ సౌఖ్యాలు చూస్తున్నానంటే... అందుకు వాళ్లే కారణం కదా. అయినా పరాయి ఆడదాన్ని ఆశించటం... అందుకు ఆమె భర్తనే మధ్యవర్తిగా ఉపయోగించటం... ఎంత దారుణం...? నా ప్రవర్తన నాకే సిగ్గుచేటనిపిస్తుంది...!

కారుని నిదానంగా... సాఫీగా డ్రైవ్ చేయసాగాను. జీవితపు రహదారి లో మరెప్పుడూ గతి తప్పకూడదని...!

–(మామ్స్ ప్రెస్సో అంతర్జాల పత్రికలో బహుమతి పొంది 11.09.2020న ప్రచురించబడింది)

ప్రేమ ప్రేతాత్మలు

శోభనం రాత్రి...!

పాలగ్లాసుతో పడగ్గదిలోకి అడుగుపెట్టింది ప్రసూన...!

తడబడే అడుగులతో... భర్తను చేరి పాలగ్లాసుని అతని చేతికందిస్తుండగా దబ్బున జారిపోయి భళ్ళుమంది గాజుగ్లాసు. బిత్తరపోయింది ప్రసూన. తానైతే జారవిడిచినట్టుగా తనకనిపించలేదు. మరెలా...? చాలా ఆశ్చర్యంగానూ... వింతగానూ అనిపించింది.

భర్తకు సారీ చెబుతూ... కిందకి వొంగి గాజుపెంకులను తీయబోతున్న భార్యను వారించాడు ప్రకాష్.

"నువ్వొద్దు... సర్వెంట్ ని పిలుస్తాను" అంటూ తలుపుతీసి బయటకు వెళ్ళాడు.

ప్రసూన మాత్రం ఇంకా ఆ షాక్ నుంచి కోలుకోలేదు. తనచేతిలోనుంచి జారిపోయి ఉంటే తనకు కొంచెమైనా తెలిసేది. కానీ దాన్ని పైనుంచి ఏదో శక్తి కిందకి గుద్దినట్టె ఆగ్లాసు పడిపోయింది. అప్పటికి గానీ ఆవిషయాన్ని గ్రహించలేకపోయింది. సర్వెంట్ రావడం క్లీన్ చేసి వెళ్ళిపోవడం అన్నీ అయిపోయినా... గమనించనే లేదు ప్రసూన.

భర్త వచ్చి పలకరించేసరికి... ఈలోకంలోకి వచ్చింది. తన చేయి పట్టుకుని కూర్చోపెడుతున్న భర్తను బెదురుగా చూసింది. మనసుకి ఇష్టం లేకున్నా... తన శీలాన్ని అర్పించుకోవాల్సిన సమయం వచ్చింది. ప్రదీప్ తో పంచుకోవాల్సిన ఆ శరీరాన్ని మరో వ్యక్తితో... ఊహించడానికే చాలా... జుగుప్సగా ఉంది ప్రసూనకి. కానీ... తప్పదు. తల్లిదండ్రుల కోరిక ప్రకారం తల వంచి తాళి కట్టించుకున్న భర్త ఇతను. తనతో జీవితం పంచుకోవాలనుకుంటున్న భర్తకు అన్ని విధాలా భార్యగా నా సహకారం ఇవ్వక తప్పదేమో...? మనసులో దృఢంగా అనుకుంది. ప్రేమగా తనను

దగ్గరకు తీసుకోబోతున్న భర్త చేతుల్లో ఒదిగిపోబోతుండగా... బలంగా తననెవరో వెనక్కి లాగిన ఫోర్సుకు కొంచెం దూరంలోకి జరిపినట్టైంది ప్రసూనకి. అదంతా తనకు అర్థమవుతున్నా... భర్త మాత్రం తాను భయపడుతుందనే అనుకున్నాడు.

"ఒద్దులే... నీవు నాకు దగ్గరవాలని నీకనిపించినప్పుడు ఒకటవుదాం. రెస్ట్ తీసుకో!" అంటూ... అటుగా తిరిగి పడుకున్నాడు ఆమె భర్త. నా మనసుకి సర్దిచెప్పుకుని... అతనికి దగ్గరవుదామని ప్రయత్నిస్తున్నా... నాకెందుకిలా అవుతుంది...? తనకు అర్థం కానిదేదో... అక్కడ జరుగుతుందని స్పష్టంగా తెలుస్తూనే ఉంది ప్రసూన మనసుకి.

మరోవైపుకి తిరిగి పడుకుందే గానీ... భర్త తనకు తాళి కట్టబోతుండగా... అతని చేతిలోంచి జారిపోయిన తాళిబొట్టు సంఘటన కూడా కళ్ళముందు మెదిలింది. ఏంటి ఈ అశుభాలు...? బుర్రనిండా ప్రశ్నలై కూర్చున్నాయి ప్రసూనకి. ఒక పట్టాన నిద్రపట్టడం లేదు. ఉండేది పెంట్ హౌస్ కావడం వల్ల లేచి వెళ్ళి ఆ డాబా మీద అటూ ఇటూ తిరుగుతూ...

ఒక్కసారిగా తుళ్ళిపడింది. ఇంకా వినిపిస్తూనే ఉంది... 'ప్రసూనా ప్రసూనా'అని తన పేరునే పిలవడం. అదెలా...? ఆ గొంతును నమ్మి తీరాలి. ఎందుకంటే... అది కచ్చితంగా ప్రదీప్ గొంతే.

"భయపడకు ప్రసూ...! నేను నీ ప్రదీప్ నే".

ఎవరూ కనిపించని ఆ అర్థరాత్రి వేళ... మనిషి లేకుండా మాట మాత్రం వినిపిస్తే... ఎవరు మాత్రం బెదిరిపోరు...? అయినా... తాను ప్రేమించింది ప్రదీప్ నే కాబట్టి ఎన్నో విషయాలు అడగాలనే తపనతో ధైర్యాన్ని కూడగట్టుకొని...

"ప్రదీప్ నువ్వా...? నువ్వు చనిపోలేదా...? ఎక్కడా కనిపించవేం...?" నోరు పెగిల్చి అడిగింది ప్రసూన.

"కనిపించడానికి నాకు శరీరం లేదు ప్రసూ...! నిన్ను విడిచి వెళ్ళలేక... నీతో ఒక విషయం చెప్దామని నెల్లాళ్ళుగా ప్రయత్నిస్తూనే వున్నాను. ఇన్నాళ్ళూ మీ ఇంటికి దిష్టికి కట్టిన గుమ్మడికాయ మీ ఇంట్లోకి నాకు ప్రవేశం ఇవ్వలేదు.

నీకు పెళ్లె ఈ ఇంటికి వచ్చాకా... ఇక్కడ అలాంటివేమీ నన్ను అడ్డగించేవి లేకపోవడంతో నాకు నిన్ను కలిసే అవకాశం దక్కింది. నిన్ను కలిసేలోపు నీ పెళ్లయిపోయింది. నిన్ను విడిచి నేను వెళ్లలేక నీకోసం తపించిపోతుంటే... నువ్వెలా ఈ పెళ్లి చేసుకున్నావో నాకర్థమవ్వట్లేదు. అప్పుడే నన్ను మర్చిపోయావన్నమాట. నీవు నన్నెంతగా ప్రేమించావు...? నేను చనిపోయిన వెంటనే నన్ను మర్చిపోవడానికే కదా ఇంకో వ్యక్తిని పెళ్లి చేసుకున్నావు? అసలు నీమనసెలా అంగీకరించింది?" నిజాన్ని నిలదీస్తున్నట్టు కనిపించని ప్రదీప్ గొంతు ప్రశ్నిస్తుంటే... ఏం సమాధానం చెప్పాలో తెలీక ఒక్క క్షణం నివ్వెరపోయినా... ఆ నిజాన్ని నిర్భయంగా చెప్పాలనిపించింది ప్రసూనకు.

"నేను తొందరపడి ఈ పెళ్లిచేసుకోలేదు ప్రదీప్. జరిగింది నీకు తెలీదు కదూ... చనిపోయిన మనిషి ఇక ఎలాగూ రాడు. ఆదర్శంతో నిన్ను పెళ్లిచేసుకోవడానికి ముందుకొచ్చిన ఈ అబ్బాయిని కాదనకు" అంటూ... మనకు కుదిర్చిన ఆపెళ్లి ముహూర్తానికే పెళ్లె పోవాలని పట్టుబట్టి మరీ ఇతనితో ఈ పెళ్లి చేశారు నా తల్లిదండ్రులు. నిన్ను మర్చిపోలేక ఈ పెళ్లి చేసుకోవడానికి నేనెంతగా క్షోభ పడ్డానో... నీకెలా అర్థమవుతుంది...?" తడిబారిన కళ్లను పైట చెంగుతో తుడుచుకుంటూ చెప్తున్న ప్రసూన మాటల్లో తనపై ప్రేమ అలాగే ఉందన్న విషయం తెలిసొచ్చింది ప్రేతాత్మగా తిరుగుతున్న ప్రదీప్ కి. అనవసరంగా నిందించినందుకు నొచ్చుకున్నాడు.

"నాకు అర్థంకాని విషయం ఒకటే... మనకి నిశ్చితార్థమై నెల రోజుల్లో ముహూర్తాలు కూడా నిర్ణయించారు. ఆ మర్నాడే నువ్వు చనిపోయావు. ఏ జబ్బూ లేకుండా రాత్రికి రాత్రి నువ్వెలా చనిపోయావో ఇప్పటికీ ఎవరికీ అర్థం కాకుండా

ఉంది. హార్ట్ ఎటాక్ లాంటిది కూడా కాదని రుజువైంది. అసలు నీకేమైంది? నీకా మరణం ఎలా వచ్చింది...?" ఎన్నో ప్రశ్నలు బుర్రని వేధిస్తుంటే... రోదిస్తూనే అడిగేసింది ప్రసూన.

కొంచెంసేపు వరకు సమాధానం లేదు...

ప్రదీప్ కూడా చిన్నగా ఎక్కిఎక్కి ఏడవడం వినిపించడంతో కంగారు పడుతూ....

"వద్దు ప్రదీప్ వద్దు. నవ్వలా ఏడవకు. నీ మరణమెలా సంభవించిందో గానీ... బ్రతికుండి నేనూ, చనిపోయి నువ్వూ విడిపోయి ఎవరికి వారే బాధ పడుతున్నం.

నీకసలు ఏమైంది ఆరోజు...? ఒంట్లో ఏమైనా తేడా చేసిందా...? ప్రాణం పోతున్నట్టు నీకేమైనా అనిపించిందా...?" ఏక బిగిన అడుగుతుంది... ప్రసూన.

ప్రేతాత్మ ప్రదీప్ ఆరోజు జరిగిన విషయాన్ని తలుచుకుంటూ...

"నా శరీరాన్ని మావాళ్ళు నిర్దాక్షిణ్యంగా కాల్చేశారు" ఒక్కసారిగా ఆ గొంతు గంభీరంగా మారిపోయిందంటే... ఎంతగా నరకం అనుభవించాడో తెలుస్తానే ఉంది..!

"అవునా... అదెలా...? నువ్వు చనిపోబట్టే కదా దహనం చేశారు. అది తప్పెలా అవుతుంది...? హిందూ ధర్మం ప్రకారం మనమంతే కదా చేస్తాం".

"నువ్వు చెప్పింది నిజమే...! కానీ నేను చనిపోలేదు. ఆరోజు మన నిశ్చితార్థం వేడుకను తలుచుకుంటూ చాలా సేపు నిద్ర రాలేదు. తర్వాత ఎప్పుడు నిద్రపోయానో నాకు తెలియదు. కానీ విపరీతమైన దాహం వేసింది. లేచి తాగలేని మగతలో వున్నాను. నా శరీరాన్ని లేపి వెళ్ళలేక... నాలో ఉన్న ఆత్మ లేచి నీళ్ళకోసం వెతికింది. నా అదృష్టం అనుకున్న ఆక్షణమే... దరదృష్టం కూడా వెంటాడి మృత్యువాత పడుతుందనుకోలేదు... ! బిందె మీద మూత తెరిచి వుండటంతో... నా ఆత్మ తృప్తిగా నీళ్ళు తాగుతుండగా... ఆ విషయం తెలియని మా అమ్మ కూడా అదే సమయంలో నీళ్ళు తాగడానికొచ్చి... మూతలేని ఆ బిందెపై మూత పెట్టేసింది. లోపల నేనెంతగా గజగజలాడిపోయానో. దానిలోంచి విడుదలై బయటకు వచ్చేసరికి కొన్ని గంటలు దాటిపోయింది. నా శరీరంలోకి వెళ్ళిపోదామనుకుని... నాకోసం నేను చూసుకున్నప్పుడు మంచంపై పడుకున్న నా శరీరం నాకు కనిపించలేదు. ఇల్లంతా ఏడుపులతో ఉంది. ఎంతో ఆదుర్దాగా నాకోసం నేను వెతుక్కున్నాను. అప్పటికే... నా శరీరాన్ని దహనం చేసేసారు".

"ఇప్పుడు చెప్పు...? నా ఆత్మ ఈ భూమిపై వుండగానే నాశరీరం తగలబడిపోవడంతో... నేను మనిషిగా కనిపించలేని దౌర్భాగ్య స్థితికి చేరిపోయాను. ఇదిగో నీపై ప్రేమతో నీ కోసం ఇలా ప్రేతాత్మయై... తిరుగుతున్నాను. నాకొచ్చిన ఈ

పరిస్థితిని నేనెలా చక్కదిద్దుకోవాలో అర్థం కావడంలేదు." తన గోడంతా వెళ్లబోసుకున్నాడు ప్రదీప్ ప్రేతాత్మ.

జరిగిన సంఘటని వింటూ భీతిల్లిపోయింది ప్రసూన. ప్రదీప్ కొచ్చిన కష్టానికి కృంగిపోయింది. "అయితే నువ్వేలా బయటకు రాగలిగావ్" సస్పెన్స్ గా మిగిలిపోయిన ఆ విషయాన్ని కూడా అడగాలనిపించి అడిగింది.

"నా ఆత్మ మూత పెట్టిన బిందెలో కొన్ని గంటలు బంధించిపోయింది. ఆ తర్వాత ఎప్పుడో నీళ్లకోసం బిందెపై నుంచి ఎవరో మూత తీయడంతో... బయటపడ్డాను. కానీ అప్పటికే జరగాల్సినదంతా జరిగిపోయింది కదా."

అప్పుడర్థమైంది... ప్రసూనకి. శరీరం నుంచి ఆత్మ వేరై నీళ్ళబిందెలో ఉండిపోడం వల్లే... ప్రదీప్ శరీరం అచేతనంగా పడి కనిపించడంతో... సహజ మరణం పొందాడనే నిర్ధారణతో... దహనం చేసేసారని.

'ఏదైనా... ఇప్పుడు తను ప్రేమించి, పెళ్లి చేసుకోవాల్సిన వ్యక్తి ప్రేతాత్మగా కూడా తన కోసమే తపించిపోతున్నాడంటే... ఇప్పుడు అతని కోసం నేనేమైనా చేయాలి....' దృఢంగా అనుకుంది. ఇదంతా తెలిసి కూడా పెళ్లి చేసుకున్న భర్తతో సుఖంగా అయితే కాపురం చేయలేవని తన అంతరాత్మ చెప్తూనే ఉంది.

ఏదో నిశ్చయానికొచ్చిన దానిలా లేచి నుంచుంది. "సరే ప్రదీప్... నీకొచ్చిన ఈ సమస్య సమసిపోయేది కాదు. ఏదో ఒక పరిష్కరం మనల్ని ఏకం చేస్తుంది. నేను నా భర్తకు ఎట్టి పరిస్థితిలోనూ దగ్గరవ్వకుండా తప్పించుకోవడానికి చూస్తాను. నేను నీకోసం వచ్చేస్తాను. మళ్లీ రేపు కలుసుకుందాం. ఇక్కడ నుంచి వెళ్లిపో" అంటూ చెప్పింది.

ప్రసూన మాటైతే విన్నాడు గానీ... ఏమీ అర్థం కాలేదు ప్రేతాత్మ ప్రదీప్కి. గదిలోకి వెళ్లిన ప్రసూన భర్తవైపు చూసింది. గుర్రు పెట్టి నిద్రపోతున్నాడు.

అదే అదనుగా... బల్లపై ఉన్న కాగితం కలాన్ని అందుకుంది..!

అమావాస్య...!

అర్ధరాత్రి... అలికిడి చేస్తూ... ఆ ఊరి మర్రిచెట్టుపై ఊడలూగుతూ... ఆడుకుంటూ... మహదానందంగా ఉన్నాయి.... ప్రదీప్, ప్రసూనల ప్రేతాత్మలు. ఆడి ఆడి ... అలసిపోయి... ఓ కొమ్మపై ఒకరినొకరు అతుక్కుపోయి మాట్లాడుకుంటున్నాయి...!

"ఎంతైనా... నీవు నాకోసం చాలా త్యాగం చేసావు ప్రసూ...! నీవు అందర్నీ వదులుకుని... నాకోసం మేడ మీద నుంచి కిందకి దూకేసి ప్రాణాలు తీసుకోవడం వల్లే... ప్రేతాత్మవై నాకు తోడుగా వచ్చావు. నిన్ను పెళ్ళిచేసుకున్న భర్తపై ఎలాంటి కేసూ రాకూడదని ఉత్తరం కూడా రాసి... అతనికి కూడా న్యాయం చేసావు. మనం ఈ భూమిపై ఇలా తిరుగుతున్నంత కాలం ఎవరి జోలికీ పోకుండా మనకోసం మనమిలా వుంటూ... ఏ భూతవైద్యుడికీ పట్టుబడకుండా మంచిగా సాగిపోదాం... అని చెప్పిన ప్రదీప్ ప్రేతాత్మతో... ప్రేతాత్మ ప్రసూన కూడా 'సై' అంటూ... ఒక కొమ్మ నుంచి మరో కొమ్మపై వాలుతూ ఆటలాడుతున్నాయి...!

(పాఠకులకి మనవి... రాత్రి పడుకునే ముందు నీళ్ళు తాగి పడుకోకపోతే... కథలో విధంగా మనలోంచి నీళ్ళకోసం ఆత్మలు ఒక్కోసారి అలా గాలిస్తాయని... పెద్దలు చెప్పేవారు. భూమిపై ఆత్మ ఉండగా శరీరాన్ని కోల్పోతే ప్రేతాత్మ అవుతుందని. దాని ఆధారంగా మాత్రమే ఈ కథను రాసాను. ఎంతవరకూ నిజమన్నది నాకు కూడా తెలియదు. ఇదంతా కల్పితం మాత్రమే).

–(ప్రతిలిపి కథలపోటీలో బహుమతి పొంది 30.04.2018 లో ప్రచురించబడింది)

ఆడపడుచు

శ్రావణి పుట్టింటికెళ్లి సంవత్సరం కావొస్తుంది. తండ్రి పోయాకా... మళ్ళీ ఆ ఇంటి గడప తొక్కనేలేదు. మూడేళ్ళ క్రితం తల్లి చనిపోవడంతో... పుట్టింట్లో తనకున్న చనువు తగ్గిపోయినట్లు అయింది. తన తండ్రి వున్న కుశల ప్రశ్నలు వరకూ అడిగి మాట్లాడగలరు గానీ... కూతురు అచ్చటా ముచ్చటా చూడగలిగేదీ... కష్టం, సుఖం తీర్చగలిగేది తల్లి మాత్రమే. అలాంటి తల్లి దూరమైనప్పుడు పుట్టింటి ప్రతి ఆడపడుచూ అణిగి మణిగి ఉండాల్సిందే....!

శ్రావణికి ఇలాంటి పరిస్థితే ఎదురైంది. అన్నయ్య, వదినా ఉద్యోగస్తులు కావడంతో... వారు తన తండ్రికి భోజన సౌకర్యాలు అమర్చిపెట్టినా... ఇంకా ఆయనకు చక్కబెట్టాల్సిన పనులను మాత్రం పెద్దగా పట్టించుకోవడం లేదన్న భావనలో ఉండేది. అయినా... ఆయనెప్పుడూ ఎవరిచేతా ఏ పనీ చేయించుకోలేదు. పని అలవాటు లేకపోయినా అవసరం అలవాటు పడేలా చేస్తుంది. భార్య లేకపోయినా... తన పనులు తాను కానిచ్చుకుని... తన తండ్రి జ్ఞాపకార్థంగా ఉంచుకున్న చెక్క వాలు కుర్చీలో అలసటగా నడుం వాల్చి సేద తీరేవారు. భార్య మరణిస్తే... భర్తకొచ్చే కష్టాన్ని కళ్లారా చూసింది శ్రావణి. అన్నయ్య, వదినా తన తండ్రిని సరిగా పట్టించు కోవడం లేదనే బాధతో... అదే విషయాన్ని అన్నయ్యని నిలదీసి అడిగింది. పుట్టింటి గడప దాటి వెళ్లిన ప్రతి ఆడపిల్లా... మరీ అంత జోక్యం చేసుకోడం మంచిది కాదేమో...? దానితో ఆ అన్నాచెల్లెళ్ల మధ్య మనస్పర్ధలు వచ్చాయి. "నీవేమైనా ఆయన్ని నెత్తిన పెట్టుకొని చూసుకుంటావేమో తీసుకెళ్లి చూసుకో" అంటూ కోపంతో పెద్దపెద్ద కేకలేశాడు. తండ్రి ఆ గొడవంతా విని...."నీకు

నామీదున్న ప్రేమతో నీకలా అనిపిస్తుంది గానీ... 'మీ అన్నయ్య వదినా నన్ను బానే చూసుకుంటున్నారమ్మా' అని కొడుకునీ,కోడలినీ వెనకేసుకొచ్చారు. అన్నయ్య తిట్టినందుకు బాధ పడలేదు శ్రావణి. తన తండ్రి మధనంలో... వారెలా చూసినా కడవరకూ వాళ్ళే కదా నాకు దిక్కు అన్నట్టుగా అనిపించి... మనసంతా బరువుగా అయిపోయింది శ్రావణికి. అన్నయ్య కోరిక మేరకు తండ్రిని తన ఇంటికి తీసుకుపోయి ప్రేమగా చూసుకోవాలని మనసారా వున్నా... తండ్రి కప్పిపుచ్చిన తన పుట్టింటి పరువుని అత్తింట్లో చులకన చేయాలనుకోలేదు. ఎవరినీ బాధ పెట్టడం ఇష్టం లేకనో ఏమో... ఆ వాదన జరిగిన నెల్లల్లకే... తండ్రి చనిపోయారు. ఆయన కర్మకాండలు అవ్వనిచ్చి తన ఇంటికి ప్రయాణమై వెళ్తూ... ఇక నాకూ ఆ ఇంటికీ బంధం తీరిపోయింది అనుకుంది శ్రావణి.

ఆ తర్వాత మళ్ళీ ఇన్నాళ్లకు అన్నయ్య నుంచి ఫోన్ వచ్చింది శ్రావణికి. "పదిరోజుల్లో నాన్న సంవత్సరీకం వస్తుంది. నువ్వా, బావగారూ తప్పకుండా రావాలి" అంటూ. తల్లీ తండ్రీ లేని పుట్టిల్లు ఇక మనది కాదనుకున్న ప్రతి ఆడపిల్లా కాకితో కబురొచ్చినా... అన్నీ మరచిపోయి పరిగెత్తుకుని వెళ్లిపోవాలనుకుంటుంది.

గతం గతః అనుకుంది శ్రావణి. అన్నయ్య వదినతో పూర్వంలా కలిసిపోవాలనుకుని... భర్తతో కలిసి పుట్టింటికి వెళ్ళడానికి ప్రయాణ ఏర్పాట్లు చేసుకుంది.

తనపుట్టిల్లు కళ్ళముందు మెదులుతుంటే... ఎంతో గర్వంగా అనిపించింది. అమ్మ, నాన్న కలల ప్రతిరూపమైన ఆ ఇంటి డాబా మీదకు ఎగబాకిన బోగనవిలియా కొమ్మలు గుత్తులు గుత్తులుగా వున్న పూలతో గమ్మత్తుగా గాలికి ఊగుతుంటే... చూడటానికి ఎంత ఇష్టంగా ఉండేదో...! పోర్టికోలో పచ్చ సంపెంగలైతే సువాసనతో దారిన పోయేవాళ్ళ ముక్కుపుటాలను అదరకొట్టేవి. ఆ ఇంటి పెరట్లో.... ఉసిరి,మామిడి, జామ, సపోటా, అరటి ఇంకా చాలా చాలా పళ్ల చెట్లతో కళకళలాడే పచ్చతోరణాల్లా వుండేవంటే... అదంతా తన తండ్రి అభిరుచే. ఆ చెట్ల నుంచి రాలే ఆకుల్నీ, పూలనీ పొడవాటి కొబ్బరి చీపురు తో రెండు పూటలా అమ్మ తుడుస్తూ ఉంటే.... ఆ సేవకు భూదేవి తన తల్లికెన్ని దీవెనలు ఇచ్చిఉంటుందో..? అమ్మ

తెల్లవారుజామునే లేచి వాకిట్లో ముగ్గువేసేది ఏమో... లక్ష్మీదేవికి నివాసంలా అనిపించేది.

అలాంటి పుట్టింటిని శ్రావణి ఎలా మర్చిపోగలదు? ఆ ఇంటికోసం తన తల్లితండ్రి పడిన శ్రమ గుర్తుకొస్తుంటే... ఆ ఇంటినెప్పుడెప్పుడు చూసుకుందామా అన్న తపన ఎక్కువైపోయింది శ్రావణికి. అమ్మా, నాన్నా వాడిన వస్తువులను తనివితీరా చూసుకోవాలనిపించింది. వీలైతే నాన్న జ్ఞాపకార్థంగా వాడిన చెక్క వాలుకుర్చీని తెచ్చుకోవాలని మనసులో అనుకుంది శ్రావణి.

ఎంతో అభిమానంతో పుట్టింటికి వెళ్లిన శ్రావణికి... వెళ్ళగానే ఆ ఇంటి అరుగు మీద నాన్న కూర్చునే వాలుకుర్చీ కనిపించలేదు. కనిపిస్తే... తన తండ్రి పలకరించినట్లుగా ఫీలయ్యేదేమో...? ఆ అరుగంతా బోసిపోయినట్లు వుంది. పెరట్లోచెట్లూ, వీధిలో బొగనవిలియా అన్నీ కూడా తలల వరకు నరికేసి వున్నాయి. ఆ ఇంటి పచ్చదనం అంతా హరించుకుపోయింది. అదేమిటి అలా ఎందుకు చేశారని అడిగితే.... ఆ చెట్ల ఆకులా, పూలు తుడవాలంటే... 'ఆ ఇంట్లో పనిచేయడానికి ఎవరూ రామంటున్నారని, అందుకే ఎందుకొచ్చిన గొడవని కొమ్మలన్నీ కొట్టించేసాం' అంటూ ఎంతో రిలీఫ్గ మాట్లాడారు. ఆ సమాధానం విని... తల తిరిగినట్లైంది శ్రావణికి. ఆ ఇంటికి కళాకాంతి లేకుండా చేసిన వారి మీద చిర్రెత్తుకొచ్చినా... తమాయించుకుంది. మనసులోనే భారంగా నిట్టూర్చి... ముఖంపై రాని చిరునవ్వుని పులుముకుని... ఇంట్లోకి నడిచింది. ప్రయాణిక బడలిక వల్లనేమో కాసేపు అమ్మా నాన్నా వాడిన పందిరి మంచంపై పడుకుని... వారి ఒడిలో పడుకుని జోల పాడించుకున్నట్టుగా అనుభూతి చెందాలనుకుంది. అటకపైకి తొంగి చూసి తనకు పనికొచ్చే సామాను ఏమైనా ఉన్నాయేమో చూసింది. నాన్న వాలుకుర్చీని ప్రేమగా తడమాలనుకుంది. ఊహూ... తనకు పనికొచ్చేవేమీ ఆ ఇంట్లో కనిపించలేదు. ఇల్లంతా కొత్త ఫర్నిచర్తో నిండిపోయి వుంది. అవేమీ కళ్ళకింపుగా అనిపించలేదు శ్రావణికి.

మర్నాడు... తన తండ్రికి జరపాల్సిన పిండ ప్రధాన కార్యక్రమాలన్నీ ఘనంగానే జరిపించారు. బంధుమిత్రుల రాకతో... వారి పలకరింపుతో శ్రావణి మనసుకి కాస్త

ఊరట కలిగింది.

ఆ సాయంత్రం ఊరు బయలుదేరుతూ ... తాను దొంగాటలు, కోతి కొమ్మచ్చెలు ఆడుకున్న దొడ్డినంతా కలియచూద్దామని వెళ్లిన శ్రావణికి ఇంటి వెనుక భాగంలో పాడుబడ్డ సామాను వుండే రేకుల షెడ్డులో పడేసి కనిపించాయి... ఆ పందిరి మంచం, చెక్క వాలుకుర్చీ. వాటిని చూడగానే... శ్రావణి కళ్ళు తడిబారకుండా వుండలేకపోయాయి. మరేమీ మాట్లాడకుండా... తన ఇంటికి ప్రయాణమై వచ్చేసింది భారమైన మనసుతో.

శ్రావణిలో ఏం జ్ఞానోదయం అయిందో ఏమో.... తను నోచుకోని అదృష్టాన్ని కనీసం తన భర్త కళ్ళల్లోనైనా కనిపించాలనుకుంది. ఇంటికి వస్తూనే... అటక మీదకెక్కించిన అత్తగారి వయోలిన్, బోశానం పెట్టె, మావగారి చెక్క బట్టల స్టాండ్లను కిందకి తీయించి... మ్యూజియంలో వస్తువుల్లా... వాటికి పూర్వపు కళ వచ్చేలా శోభామయంగా తీర్చిదిద్దింది.

ఇంట్లో పెద్దవాళ్ళు కనుమరుగైనా... వాళ్ళు వాడిన వస్తువుల్లో వారి ప్రతిబింబాలు ఎప్పుడూ కనిపిస్తూనే వుంటాయని తెలిసొచ్చింది పుట్టింటికెళ్ళొచ్చిన శ్రావణికి.

చనిపోయిన తన తల్లిదండ్రులకు ఈ విధంగా కూడా తన భార్య విలువ ఇవ్వడం చూసిన ఆమె అంతరంగాన్ని ముచ్చటగా చూసాడు ఆమె భర్త.

–(ప్రతిలిపి అంతర్జాల పత్రిక కథలపోటీలో బహుమతి పొంది 22.11.2017 లో ప్రచురించారు).

మిడిల్ క్లాసు – మల్టీప్లెక్స్

మా టౌనెంతగా మారిపోయిందో...!

నా చిన్నతనంలో కూడా ఏమీ తీసిపోలేదు. అప్పట్లోనే సెకండ్ మద్రాసుగా పేరొందిన మా కాకినాడంటే నాకు ఎనలేని ఇష్టం. ఇప్పుడు స్మార్ట్ సిటీగా మార్చే కార్యక్రమంలో... సముద్ర తీరంలో బీచ్ పార్క్ ని సుందరాతి సుందరంగా తీర్చిదిద్దారు. సర్పవరం జంక్షన్లో అయితే కొత్తగా మల్టీప్లెక్స్లొచ్చి కళకళ లాడిపోతుంది. అక్కడ మాత్రమే కాదు... ఏ ఏరియా చూసినా బిజీగా

మారిపోయాయి.

చూడాల్సిన ప్రదేశాలెన్ని వున్నా... ప్రజలు ఎక్కువ ఉత్సాహాన్ని, కనబర్చేది సినిమాలు, షాపింగ్ మాల్లే. అందుకే ఎక్కడలేని జనాలూ మల్టీప్లెక్స్లోనే వచ్చి వాలిపోతున్నారు.

స్కూల్ ఎగ్గొట్టి ఎక్కడ నుంచి వచ్చాడో గానీ... "నాన్నోయ్ ఐనాక్స్ కెళదాం పద " అంటూ ఒకటే గోలచేసాడు నాకొడుకు.

"నీకసలు బుద్ధి లేదు. ఎవరైనా స్కూల్ మానుకుని సినిమా కెళ్తారా.....?" గట్టిగా కేకలేద్దామని నోటివరకూ వచ్చింది. కానీ వాడి ఆత్రతని చూసి ఏమీ అనలేకపోయాను. వాడికి ఆ సినిమాలు చూపించి అలవాటు చేసింది నేనే కావడంతో. నేనూ అంతే... చిన్నప్పటి నుంచీ రిలీజైన ప్రతి సినిమా మార్నింగ్ షోనే చూసేయాలని... ఎంతగా పడి చచ్చేవాడినో. సినిమా హాళ్లన్నీ ఒకే రోడ్ లో ఉండటం వల్ల ఒక సినిమా దొరకకపోయినా ఆ పక్కనే ఉన్న మరో హాలుకి పరుగెత్తుకెళ్లి మరో

సినిమా అయినా చూసి వచ్చేవాడిని గానీ... చూడకుండా మాత్రం వచ్చేవాడిని కాదు. భానుగుడి దగ్గర థియేటర్స్ మొదలు జగన్నాధపురం స్వప్నా థియేటర్స్ వరకూ కూడా ఎంత దూరమైనా నడుచుకుపోయి నేల టిక్కెట్టైనా కొనుక్కుని సినిమాలు చూసిన రోజులనెలా మర్చిపోగలను...? సినిమాలపై ఇష్టంతో... అదేమీ కష్టమనిపించేది కాదు. నేల క్లాస్లో కూర్చుని కూడా సినిమాలు చూసేవాడిని కాబట్టే... వచ్చిన ప్రతి సినిమా ఇంచుమించు చూసేసేవాడిని. ఎక్కడ కూర్చున్నానని కాదు... మొదటి రోజే మొదటి షో విడుదలైన సినిమాని చూసేయాలన్న ఆత్రమది .

నేను అదృష్టం బాగుండి ఎప్పుడైనా సినిమాకి బాల్కనీకి వెళ్తే... స్వర్గంలో కూర్చున్న అనుభూతి కలిగి తెగ ఫోజు కొట్టేవాడిని. జేబులో ఏ బఠాణీలో, వేరుశెనగ పప్పో వేసుకుని... ఒక్కొక్కటీ నోట్లో విసురుకుంటూ సినిమా చూస్తుంటే... భలే మజాగా ఉండేది. ఇదంతా నా చిన్నప్పటి మాట.

నా కొడుకు విషయానికొస్తే... బాల్కనీ అయితేనే గానీ ఒప్పుకోడు. పైగా ఇంటర్వెల్ లో కూల్డ్రింకో, సమోసాలో, పాప్కర్నో కావివ్వాల్సిందే. నాకొచ్చే జీతం వీడికి సినిమాలు చూపంచడానికి, మేపడానికే సరిపోతుంది. ఇది సరిపోదన్నట్టు మళ్ళీ కొత్తగా ఐనాక్సులు, ఐమేక్సులు పుట్టుకొచ్చాయి. ఒరి నాయనోయ్... వీడు నా కొంప ముంచేలా వున్నాడు. నన్ను ఆలోచనల్లోంచి బయటపడేస్తూ... "నాన్నోయ్ సినిమాకి రావా అంటూ కుర్చీలో కూర్చున్న నన్ను ఒక్క లాగు లాగాడు. అప్పటికే... వాడు టిప్ టాప్ గా రెడీ అయిపోయాడు.

అప్పటికే వాళ్ళమ్మ గోల పెడుతూనే ఉంది. నువ్వు సినిమాలు తగ్గించకపోతే టెన్త్ ఎలా పాసవుతావంటూ...?" "పాసవుతానమ్మా బాబూ... కేకలెయ్యకు" అంటూ వాడిచ్చిన ఎదురు సమాధానం ఒకటి. ఒక్కడే కొడుకవ్వడం వలన వాడి మాటలకు మాలో మేము నవ్వుకోవడం తప్పించి గట్టిగా మందలించలేక పోతున్నాము. అదే వాడు అలుసుగా తీసుకుని మమ్మల్ని ఒక ఆట ఆడించేస్తున్నాడు.

"సర్లే గానీ ఇంతకీ ఆ టికెట్స్ ఎలా సంపాదించావు...? డబ్బులెవరిచ్చారు...?" విషయం కనుక్కోవాలి కాబట్టి మామూలుగానే అడిగాను.

"అదా... మా ఫ్రెండ్ వాళ్ళ నాన్నగారు ఆన్లైన్ లో వాళ్ళకోసం టికెట్స్ బుక్ చేస్తున్నారని చెప్పాడు. వాడు అలా చెప్పగానే నాకూ వెళ్ళాలనిపించింది. నీకు అలా టికెట్స్ బుక్ చేయడం ఎలాగూ రాదు కదాని... మనిద్దరికీ కూడా బుక్ చేయమని చెప్పాను. ఫోన్లో మెసేజ్ చూపించి అక్కడకెళ్ళి టికెట్స్ తీసుకోవడమే. రేపు స్కూలుకెళ్ళేటప్పుడు నాలుగొందలు ఇవ్వు. మా ఫ్రెండ్ కి ఇచ్చేస్తే వాళ్ళ నాన్నగారికిచ్చేస్తాడు". ఎంతో సులువుగా చెప్పేసిన వాడి మాటలు విని అదిరిపోయాను. ఏంటీ... ఒక్కో టిక్కెట్టు ఖరీదు రెండొందలా...?" నాకళ్ళు బైర్లు కమ్మినట్టు అయ్యాయి.

"ఇదేమన్నా డబ్బా హోళ్లనుకుంటున్నావా ఏంటి...? మల్టీప్లెక్సుల రేట్లల్లాగే ఉంటాయి మరి. వాస్తవాన్ని తెలియచేస్తూ... ఇంకో మాటకి అవకాశమివ్వకుండా పద పద టైమైపోతుంది అంటూ... బయటకు లాక్కెళ్లాడు. నేనెన్నిసార్లు కిక్కు కొట్టినా స్టార్టవ్వని బండిని వాడి చేతుల్లోకి తీసుకుంటూ..." ఈ డొక్కు బండిని అమ్మేయెచ్చు కదా" అంటూ ... విసుగ్గా వాడొక్కసారి కిక్కు కొట్టేసరికి స్టార్ట్ అయిపోయింది. అదంతా వాడి సినిమా తొందరకే దారికొచ్చిందేమో...!

పది నిమిషాల్లో ఐనాక్స్ ముందు వాలిపోయాము. ఎక్కడో భూగర్భంలో బండిని పార్కింగ్ చేసి వచ్చేసరికి తల ప్రాణం తోకకొచ్చినట్టైంది. పైగా టోల్ గేట్ మల్లే వెళ్ళడానికి పోవడానికి పార్కింగ్ కోసం కలెక్షన్ ఒకటి.

నాకు ఎలా ఎక్కాలో తెలియని ఎస్కలేటర్ ని మావాడు ఈజీగా ఎక్కేస్తూ నన్ను ఎక్కెయమన్నాడు. కానీ నా జాగ్రత్తలో నేనుండటం కోసం ఈసురోమని అంతస్తులన్నీ ఎక్కుతూ ఒక్కోఫ్లోర్ లోనూ ప్రజల్ని ఆకర్షించే షాపులు, పిల్లల్ని, యూత్ ని కట్టిపడేసే గేమ్స్, కెఫేస్లు చూసుకుంటూ వెళ్ళాను.

అప్పటికే మావాడు లైన్లో నుంచుని నాకోసం చూస్తున్నాడు. నేను వెళ్ళగానే అక్కడున్న మనిషికి ఫోన్లోని మెసేజ్ చూపించడంతో లోపలికి పంపించాడు. అక్కడ చెకింగ్ లో మావాడి జేబులో ఉన్న బబుల్గం పాకెట్స్ ని తీసేసారు. లోపలికి తినడానికి గానీ, తాగడానికి గానీ ఏమీ తీసుకెళ్లకూడదంట. అక్కడ అమ్ముతున్నవి మాత్రమే కొనుక్కుని తీసుకెళ్ళాలంట. అసలే మావాడికి సినిమా ఆడుతున్నంత సేపూ నోరు

కూడా ఆడుతూ ఉండాలి. అప్పుడే వాడికి సినిమా ఎంజాయ్ చేస్తున్నట్టు ఉంటుందంట. లోపలికి ఎంటర్ అయ్యేటప్పుడే పాప్కార్న్ కావాలని మొదలెట్టాడు. ఆ బకెట్ చేతికిచ్చి రెండొందలు రూపాయల తీసుకునేసరికి నోరెళ్లబెట్టాను. ఇక చేసేదిలేక ... సినిమా అయ్యేవరకూ ఇంకేమీ అడగకు అంటూ వార్నింగ్ ఇచ్చాను. అప్పటికి అలాగే అని తలాడించేడు గానీ... నాకు నమ్మకం లేక... ఆ రేట్లను విని గుండె గుభేలుమంటుంటే... జేబు తడుముకున్నాను. అసలే ఈనెల జీతంలో కొంచెం పొదుపు చేసి... స్నేహితుడికి కట్టాల్సిన ఎస్ఐసి డబ్బు కట్టేయాలనే ప్లాన్ లో వున్నాను. ఈ సినిమా అయి ఇంటికెళ్లేసరికి ఇంకెంతగా ఖర్చుపెట్టిస్తాడోనని భయంగానే ఉంది నాకు.

సినిమా హాల్లోకి అడుగుపెట్టాము. టార్చ్ లైట్ వేసి మా సీట్లు మాకు చూపించాక... కూర్చుంటూ అదిరిపడ్డాను. మొదటి వరసలో ఉన్న మా సీట్లను చూసి ఏడుపొచ్చినంత పనయ్యింది. ఓసారి వెనక్కి తిరిగి చూస్తే... నేనెక్కడో పాతాళంలో ఉన్నట్టుగా అనిపించింది. నా ఏడుపును గమనించి నట్టున్నాడు వాడు..."పర్లేదులే నాన్నా... నీకు నేల క్లాసుకెళ్లి సినిమాలు చూడ్డం అలవాటే కదా" అంటూ... సర్ది చెప్తూ ఓదార్పు పలికాడు నాకొడుకు. నేనెన్ని సార్లు నేల క్లాసుకెళ్తే మాత్రం... ఆ టిక్కెట్టు ఖరీదుకీ ఈటిక్కెట్టుకీ తేడా లేదూ...? మాకంటే పై వరసల్లో కూర్చున్నవాళ్లంతా బాల్కనీ లోనూ... కింద వరుసల్లోని వారంతా నేల క్లాసులోనూ కూర్చున్నట్టే కలుగుతుంది ఫీలింగ్. సినిమాకొచ్చిన వారంతా టికెట్ ని రెండొందలు పెట్టి కొన్నవారే...! అందుకే మనసును మధ్యపెట్టుకోలేక పోయాను. మా వాడైతే కొత్త హాలు కావడంతో టిక్కెట్లు దొరకడమే అదృష్టమైనట్టు తెగ సంబరంతో వున్నాడు పాప్కార్న్ తింటూ...!

సినిమా స్టార్ట్ అయిన కొంచెం సేపటికి ఆ విషయం మర్చిపోయినా... ఇంటర్వెల్ రావడంతో... మళ్లీ మనసు తొలవడం మొదలెట్టింది. పాప్కార్న్ బక్కెట్టంతా ఖాళీ చేసేసాడు . ఇప్పుడు కూల్డ్రింక్ కొనమంటూ బయటకు లాక్కెళ్లాడు. వాడికి కూల్డ్రింక్ కొనిచ్చి రెండు సమోసాలు కొనుక్కుందామనుకున్నాను. కూల్డ్రింక్ నూటయాభై, సమోసాలు డెబ్బై రూపాయలు అని వినేసరికి సమోసాని వొద్దని చెప్పేసి నోరు కట్టుకున్నాను. తప్పదన్నట్టు కూల్ డ్రింకుకి పే చేసి... హాల్లోకి నడిచాను.

మిగిలిన సగం సినిమా కూడా చూసేసాకా హాల్లోంచి బయట పడ్డాము. బయటకు వస్తూనే ... మా వాడు తన ఫ్రెండ్ తో కలిసి వస్తానంటూ.... నన్ను ఇంటికెళ్ళి పొమ్మన్నాడు. "సరే... త్వరగా వచ్చేయి మళ్ళీ అమ్మ కంగారు పడుతుంది" అని చెప్పేసి రోడ్డుమీద పడ్డాను.

ఒర్నాయనోయ్... ఇలాంటి థియేటర్స్ లో సినిమా చూస్తే... నాలాంటి మధ్య తరగతోళ్ళు అడుక్కు తినాల్సిందే...! వేలల్లో జీతాలొచ్చే హైటెక్ సిటీల్లోనూ, ఐటీ కంపెనీలూ ఉన్నచోట ఇలాంటి హాల్లు వున్నా పర్లేదు గానీ... ఇలాంటి చోట కాదు. సినిమా చూశానన్న మజా నాలో ఏ కోశానా కనిపించక నాలో నేనే గొణుక్కున్నాను.

ఆకలితో ఇంటికెళ్తుంటే... ఎందుకో నన్ను అదేరోజు కొత్తగా ఓపెన్ చేసిన అన్నా కేంటీన్ ఆకర్షించింది. చంద్రబాబు పుణ్యమా అని ఐదురూపాయలకే అన్నం పెడుతున్నారంటే... నిజంగా అది మహాభాగ్యమే. అసలే ప్రొద్దుట టిఫిన్ కూడా తినలేదు ఓ కప్పు టీ తప్పించి. సినిమా అంటూ వాడు లాక్కొచ్చేయడంతో... హాల్లో కూడా ఏమీ కొనుక్కుని తినలేకపోయిన అసమర్థుణ్ణి కావడంతో ఇక్కడాగి అన్నం తిని వెళ్తే బాగుందునన్న ఆశ కలిగి బండి దిగాను. ఓ పక్కగా పార్క్ చేసి కేంటీన్ ముందుకెళ్ళాను. అక్కడ అన్నం తినాలంటే లైన్లో వెళ్ళి టోకెన్ తీసుకోవాలంట. అది ఐదొందల యాభై మంది వరకే టోకెన్స్ ఇస్తారంట. నేనప్పుడే వెళ్ళి నుంచోడం వల్ల నాముందు ఎంతో పెద్ద క్యూ ఉంది. ఎంతకీ తరగడం లేదు. క్యూ లో నుంచున్నానే గానీ... తెలిసిన వాళ్ళెవరైనా నన్నిలా చూస్తే... ఐదు రూపాయల భోజనం కోసం కక్కుర్తి పడుతున్నానని, నన్నే పిసినారోడుగా జమకడతారేమోనని అనిపించి...నాలో నామొషీతనంతో ఏదో అహం మొదలయ్యింది. చుట్టూ పరికించి... నన్నెవరూ చూసి వుండరులే అనుకుంటూ అక్కడ నుంచి తప్పుకున్నాను.

మధ్యతరగతోడు తిండికోసం వందలకొందలు ఖర్చు పెట్టలేడు. అలాగని ప్రసాదం లాంటి ఇలాంటి తిండి చీప్ గా దొరికేట్టు ప్రభుత్వం కల్పించిన అవకాశాన్ని వినియోగించుకోడానికి కూడా ఎగ్జాక్లేదని నాకు అనుభవంతో అర్థమైపోయింది ఆక్షణం.

నాలాంటోడు కడుపు నింపుకోవాలంటే... వెళ్ళాల్సిన టిఫిన్, భోజన సెంటర్లు చాలా వున్నాయి. నాలుగు డబ్బులు వెనకేసుకోవాలన్నా... నలుగురిలో తలెత్తుకుని బతకాలన్నా అవే నాకు సరైనవనిపించింది. కడుపు నకనక లాడుతుంటే... అక్కడికి దగ్గర్లోనే ఉన్న హెూటల్ కెళ్ళి ఇరవై రూపాయలతో ఇడ్లీ తిన్నాక తృప్తిగా అనిపించింది.

ఇంటికెళ్ళి... అలసటతో మంచంపై వాలానేమో... తెలియకుండానే నిద్రపట్టేసింది.

నాకొడుకెప్పుడొచ్చాడో...? వాళ్ళమ్మతో వాడంటున్న మాటలు వినిపించి మెలుకువ వచ్చింది.

"అమ్మా...! నాన్నకసలు ఏమైంది...? సినిమా నుంచి ఎలాగూ ఇంటికే వచ్చేటప్పుడు ఇక్కడకొచ్చి అన్నం తినొచ్చు కదా...! మధ్యలో కొత్తగా పెట్టిన ఆ అన్న కేంటీన్ దగ్గర ఆగి ఐదురూపాయల భోజనం తిని రాకపోతే ఏమైంది...? బాగా కడుపు నిండినట్టుంది. పైగా వచ్చెలా పడుకున్నారో...? మా ఫ్రెండ్ చూడలేదు కాబట్టి సరిపోయింది. లేదంటే వాడి ముందు నేను తలెత్తుకోలేక పోయేవాడిని. బ్రతికి బయటపడ్డట్టుగా నాపై కంప్లైంట్ ఇస్తున్నాడు.

వాడిమాటలు విన్న నాకు పిచ్చి కోపం వచ్చింది. అయినా తమాయించుకున్నాను. వాడికి విషయం చెబుదామని... మంచంపై నుంచి లేచాను. "అరె నాన్నా నువ్వనుకున్నట్టు నేనేమీ అక్కడ భోజనం చేయలేదురా." అని నేను చెప్తున్నా...మధ్యలోనే అడ్డుకున్నాడు. "నువ్వు అన్న కేంటీన్ నుంచి రావడం నేను చూసాను నాన్నా...! ఇంకేమీ మాట్లాడకు" అన్నాడు.

నాపై పడిన అపవాదుకి నాభార్య నన్ను జాలిగా చూస్తూ... "వాడిని అతి గారాబం చేసి నెత్తికెక్కించుకున్నది మీరు" అన్నట్టు చూసిందే తప్ప... కొడుక్కి జరిగిన విషయం తను కూడా చెప్పలేకపోయింది. చెప్పినా నమ్మేరకం కాదని.

"సర్లెండి... వాడూ ఒక తండ్రయినప్పుడు మీబాధనర్థం చేసుకుంటాడు."

నన్ను ఓదార్చే ప్రయత్నం చేసింది నాభార్య.

ఆ తర్వాత రెండు రోజులకు ...

మల్టీ ప్లెక్ థియేటర్స్ మీద నాకొచ్చిన దురభిప్రాయమే చాలా

మందికొచ్చిందేమో...! వాటిపై పెద్ద సంచలనం రేగింది. ఆరోగ్యం కోసం పట్టుకెళ్ళే మంచినీళ్ల బాటిల్స్ ని కూడా చెకింగ్ దగ్గర తీసేసుకోవడం అన్యాయమంటూ... అలాగే అధిక రేట్లకి అమ్ముతున్న తినేపదార్థాల రేట్లు కూడా తగ్గించాలని డిమాండ్ చేస్తున్నట్టు న్యూస్ లో చూసాకా... మధ్యతరగతోడైన నా గోడుని కొంచెమైనా ఆ దేవుడు విన్నాడనిపించింది.

ఎలక్షన్లు అయ్యాయి...

ప్రభుత్వం మారింది...!

మాజీ ప్రభుత్వం ఏర్పాటుచేసిన అన్నాకేంటీన్లు మరోపేరుతో అయినా ఉంటాయో... ఊడతాయో తెలియని పరిస్థితి... ప్రస్తుతానికి మందకొండిగా సాగుతున్నా...!

ఇదండీ... చావలేక బతికే మాలాంటోళ్ళ బతుకులు...! –

(20.02.2019 తేదీన You tube ఛానెల్ లో కథనం శ్రీనికన వేంపల్లి షరీఫ్ గారు గొంతులో 'మిడిల్ క్లాసు – ముల్టీప్లెక్సు' అనే నేను రాసిన కథను వినిపించి... ప్రజాదరణ చేశారు. శ్రోతలకే కాకుండా... ఇప్పుడు పాఠకులందరి కోసం)

ఆప్యాయతకి అర్థం

అమ్మ చనిపోయి సంవత్సరం కావొస్తుంది...!

ఇండియా నుంచి అన్నయ్య ఇప్పటివరకూ పదిసార్లైనా ఫోన్ చేసి ఉంటాడు. ఐదు నిమిషాల క్రితం కూడా మాట్లాడాడు.

'వచ్చే నెలాఖరులోనే అమ్మ సంవత్సరీకం. ఈసారైనా నువ్వు వస్తే అమ్మ ఆత్మ శాంతిస్తుంది. ఈ విషయం బావగారికి, పిల్లలకి కూడా నేను చెప్పానని చెప్పు. కనీసం ఇరవై రోజుల ముందుగా అయినా రావడానికి ప్రయత్నించండి.' అంటూ ఎంతో ఆప్యాయత గా మరీ మరీ చెప్పి ఫోన్ పెట్టాడు.

అన్నయ్య ఎప్పుడూలేంది ఎంత ప్రేమగా పిలిచాడు...? అంతలా అడుగుతుంటే రాననీ ఎలా చెప్పగలను ? అమ్మలేని ఇల్లు పుట్టిల్లే కాదని మనసు ఎంత రొద చేస్తున్నా ...సర్ది చెప్పుకున్నాను.

నాకంటూ ఇంకెవరున్నారని...? అమ్మానాన్న లేనంత మాత్రాన పుట్టిల్లు పరాయిదనుకోవడమేనా? ఉన్న ఒక్క అన్నయ్యతోనూ బంధం తెంచుకుంటే ఎలా? పుట్టింటి ఆడపడుచుగా ఆ ఇంటికి నేనెప్పుడూ యువరాణినే. మనసులోని ద్వేషాన్ని పక్కనపెట్టి ప్రేమను నింపుకున్నాను.

తోడబుట్టిన మేమిద్దరం ఒకప్పుడు ఎంత ఐక్యతగా వుండేవాళ్ళం...? బడికెళ్ళినా, ఆటలకెళ్ళినా కలిసే వెళ్ళేవాళ్ళం. గాంధీనగర్ పార్కులో... దొంగాట నుంచి బంతాట వరకు వాడి స్నేహితులతోనే అన్ని ఆటలూ. నా సైన్స్ పుస్తకాల్లో బొమ్మలు రాక అవస్థ పడుతుంటే... తానే అందంగా గీసి ఇచ్చేవాడు.

కాలం తెలీకుండా పెద్దవాళ్ళమైపోయాం. గౌనుల నుంచి పరికిణీలకి, ఆ తర్వాత ఓణీలకు ఎదుగుతూ వచ్చాను. ఇంట్లో ఆంక్షలు మొదలయ్యాయి. ఒంటరిగా ఆడది గడప దాటకూడదని. బయటకు వెళ్తే ఎవరైనా తోడుతో వెళ్ళాల్సిందే. కాలేజీకి వెళ్ళగలిగానంటే మా ఇంటిపక్కనే నాతోపాటూ చదివే నేస్తాలు ఉండబట్టే.

అన్నయ్య నాకంటే రెండేళ్లు పెద్దవాడేమో... తన తోటివారితో స్నేహాలువేరు. కాలేజీ, ఫ్రెండ్సూ, సినిమాలు, షికార్లు, క్రికెట్లు ఇవే వాడి లోకం.

నా లోకం నాది. కాలేజీకి వెళ్తూ తీరిక సమయాల్లో పత్రికలు చదవడం వల్లనేమో... రచనకు కావాల్సిన శైలిని వంటబట్టుకున్నాను. మా వీధిలోనే ఒకమ్మాయి ఒకబ్బాయికి రాఖీ కట్టిందని... అదేదో పెద్ద తప్పు చేసినట్లు ఆ ఇంట్లో చాలా గోల చేశారు. ఆ అవమానం తట్టుకోలేక ఆ అమ్మాయి ఆత్మహత్య చేసుకోవడానికి ప్రయత్నిస్తుంటే అడ్డుకున్నారు. పెళ్లి కాకుండా ఇలాంటి పనులు చేస్తే కడుపో కాలో వచ్చి పోయిందంటారని కయ్యమన్నారు. పుండుమీద రోకలి పోటంటే అప్పుడర్థమైంది నాకు. నేనూ అదే వయసులో ఉండటం వల్లనేమో... నాలో పౌరుషం తన్నుకొచ్చింది. అప్పుడే మొదటిసారిగా కలం పట్టాను. నిజం తెలియకుండా కన్నెపిల్ల ఆత్మహత్యలపై కథలల్లకండి అంటూ ఒక వ్యాసాన్ని రాసి ఒక పత్రికకు పంపాను. అది అచ్చువ్వడంతో... అన్నయ్య నాకు మంచి మంచి థీమ్స్ చెప్పి ప్రోత్సహిస్తూ చాలా కథలు రాయించాడు. నేనూ ఒక రచయిత్రిగా వివిధ పత్రికల్లో చోటు సంపాదించాను.

ఆడపిల్లకు ఇరవై ఏళ్లు వచ్చాయంటే గుండెలమీద కుంపటనుకునే రోజులవి. అమ్మానాన్న నా పెళ్లి చేసేసి భారాన్ని దించుకున్నారు.

భర్తతో పాటూ ఆనందంగా అడుగుపెట్టాను అత్తవారింట. సంసార బాధ్యతల్లో ఇద్దరు పిల్లలూ ఎప్పుడు పెద్దవాళ్ళయ్యారో... చదువుల కోసం విదేశాలకు వెళ్ళి అక్కడే ఉద్యోగాలు సంపాదించేసుకున్నారు. పిల్లలు కూడా దగ్గర లేకపోవడంతో... ఏమీ తోచక మళ్ళీ కలానికి దగ్గరయ్యాను. మొదట్లో ఏ అనుభవమూ లేక ఊహిస్తూ రాసే కథలు కొన్నైతే... జనజీవనం లోంచి పుట్టిన యథార్థాలను వస్తువుగా తీసుకుని కథలు రాయడం జరిగేది. పెళ్లయ్యాక... కథలు రాయాలనే ఉత్సాహం, ఓపిక అన్నీ పోయాయి. కారణం అన్నయ్య దగ్గర లేకపోవడమే కావొచ్చు. అప్పుడప్పుడు ఏవో

కొన్ని రాయగలిగాను ఎలాగో .కానీ ఇప్పుడు వయసు మీద పడ్డంతో... నాకే చాలా అనుభవాలు ఎదురయ్యాయి. వాటిమీదే కథలు రాస్తున్నా!

పిల్లలిద్దరూ తమ దగ్గరకు వచ్చేయమని గొడవ చేస్తున్నారు. సరే కదాని ఇద్దరి దగ్గరకూ వెళ్ళడానికే నిశ్చయించుకుని ముందుగా ఆస్ట్రేలియా లోని పెద్దోడి దగ్గరకు వెళ్ళి, అటునుంచి అటు అమెరికా లోని చిన్నోడు దగ్గరకి వెళ్ళాలని నా ప్లాను.

ఇంకా ఇరవై రోజుల్లో ఆస్ట్రేలియా వెళ్తాననగా... అమ్మకి ఒంట్లో బాగోలేదని తెలిసి ఆదరా బాదరా గా పుట్టింటికి పరుగెత్తా. అప్పటికే అమ్మ హాస్పిటల్ లో అడ్మిట్ అయి ఉంది. హై బీపీ రావడంతో మెదడులోని రక్తనాళాలు ఏవో దెబ్బతిన్నాయట. సమయానుసారంగా డాక్టర్ చెకప్ చేయించక పోవడం వల్లే అంతవరకూ వచ్చిందంట. నాలుగు రోజులు అయోమయ స్థితిలో వున్నా... బానే బ్రతికి బయట పడిందనుకున్నాం. ఐసీయూ నుంచి రూమ్ కి మార్చక వారం రోజుల తర్వాత డిశ్చార్జ్ అయి ఇంటికి వచ్చాము. అమ్మ దగ్గర అయిదు రోజులు ఉండి నేనే అన్నీ దగ్గరుండి చూసుకున్నాను. త్వరగా కోలుకోవాలని ఏదో ఒకటి మాట్లాడిస్తూ ఉండేదాన్ని. ఆ మాటల్లో... అన్నయ్య దగ్గర తను అనుభవిస్తున్న బ్రతుకుభారం అంతా ఏదో గుర్తుకొస్తున్నట్లు చెప్తూ కళ్ళ నీళ్ళు పెట్టుకోవడమే ఇప్పటికీ నా కళ్ళలో మెదులుతూ ఉంటుంది. నాకు ఆస్ట్రేలియా ప్రయాణం దగ్గర పడటం తో... అక్కడ నుంచి బయలుదేరుతూ అన్నయ్యతోనూ, వదిన తోనూ అమ్మని బాగా చూసుకోమని చెప్పాను. నా మాటకు అహం దెబ్బతిందో ఏమో...? 'నీకంత ప్రేమ ఉన్నదానివైతే నువ్వే తీసుకుపోయి చూసుకోవొచ్చు కదా...?' అంటూ హేళన చేసాడు. వదిన అయితే అత్తగారు తనమీద ఏం చెప్పి వుంటారో అని గింజుకుపోయింది.

మొత్తానికి అమ్మ ముందు... మా మధ్య పెద్ద రభసే జరిగింది. నాకది చాలా అవమానంగా అనిపించింది. ఆడదెప్పుడూ పుట్టింటికి చుట్టం చూపుగా వెళ్ళాలి తప్పించి... పుట్టిల్లే కదాని చనువు తీసుకోకూడదని తెలిసొచ్చింది.

అమ్మని విడిచి వెళ్తూ ప్రేమగా హత్తుకున్నాను. నా గురించి ఆలోచించి మనసు పాడుచేసుకోకు అంటూ తల్లిగా తల నిమిరి పంపింది అమ్మ.

అమ్మని చూడ్డం అదే ఆఖరి రోజు. నేను ఆస్ట్రేలియా వెళ్లిన పదిహేను రోజులకే తిరిగి రాని లోకానికి వెళ్ళిపోయింది అమ్మ.

అంత త్వరగా పోతుందని ఊహించనే లేదు. తిరిగి కోలుకుంటుందనే అనుకున్నాను. నేను తిరిగి ఇండియా వచ్చాకా అమ్మని నేనే చూసుకోవాలన్న తలంపుతో వున్నాను. ఏది ఏమైనా నాకు అమ్మ దూరం అయింది. అమ్మ ఉన్నప్పుడే ఆ ఇల్లు ఎంతో నాకర్థమైంది. అమ్మే లేనప్పుడు వెళ్ళడానికి మనస్కరించలేదు. నాలో నేనే గట్టిగా ఏడ్చాను... గుండె భారం తగ్గింది.

పెద్దోడి దగ్గర ఆరునెలలు ఉన్నాకా చిన్నోడు దగ్గరకు అమెరికా వెళ్ళాము నేనూ నా భర్తా.

ఎంతైనా పిల్లలు విదేశాల్లో ఉన్నారని వెళ్ళడమే గానీ...వారంలో రెండు రోజులు మాత్రమే వాళ్ళ ముఖాలు కనిపిస్తాయి. ఇండియాలో ఉన్నప్పుడైతే కనీసం ప్రతిరోజూ ఫోన్ చేస్తానో, వీడియో చాటింగ్ చేస్తానో కనిపించేవారు. అదే తృప్తిగా ఉండేది. వచ్చానే గానీ నాకూ ఇండియా వెళ్ళిపోవాలనే ఉంది.

కొడుకులిద్దరూ విదేశాల్లో సెటిల్ అయిపోయారని... అన్నయ్య ఎప్పుడూ వెటకారం చేస్తానే ఉండేవాడు. ఇక నా కాళ్లు భూమిమీద నిలబడవని. నేనూ ఈ దేశాన్ని వదిలేసి విదేశాలకు పోతానని. వాడి పోరుకు తగ్గట్టే నేను విదేశంలో ఉండగా అమ్మ పోవడం... నేను రాకపోవడం తో చిరెత్తుకుపోయాడు.

మనుషుల మర్మం తెలిసాకా నా మనసెందుకో విరిగిపోయింది. అమ్మ పోయాక మళ్ళీ ఇన్నళ్లకు ఫోన్ చేస్తున్నాడు అన్నయ్య. ఎంతో ఆప్యాయంగా పలకరిస్తుంటే... నా మనసు కరిగిపోయింది.

అమ్మ పోయినప్పుడు వెళ్ళలేదంటే విదేశంలో ఉండిపోవడమూ ఒక కారణమే. అన్నయ్య చెప్పినట్టు ఈసారైనా వెళ్తే అమ్మ ఆత్మకు శాంతిలభిస్తుందేమో...? నేను వెళ్ళి తీరాలి.

మేము అమెరికాలో వుండటానికి నెల్లాళ్ళు గడువుంది. ఈయన మిగిలిన ఆ నెల కూడా వుండి వస్తానంటే ... అయితే నేను వెళ్తానంటూ ముందుగానే టికెట్ తీయించేసుకుని... అన్నయ్యకి ఫోన్ చేసాను, నేను ప్రయాణానికి రెడీ అయ్యానని.

చెప్పగానే చాలా సంతోషించాడు. రిసీవ్ చేసుకోవడానికి చెన్నై వస్తాను అన్నాడు. రానవసరం లేదని ఎంత చెప్తున్నా వినిపించుకోలేదు.

సరే అన్నయ్యా నీ ఇష్టం అన్నాను. ఆప్యాయంగా వస్తానంటే ఎలా కాదనను...?

★★★

చెన్నై ఎయిర్ పోర్టులో కాలు పెట్టి బయటకు వస్తుంటే ... ప్రేమగా ఎదురొచ్చి పలకరించాడు. అన్నయ్య. నా చేతిలోని లగేజీ ట్రాలీని అందుకుంటూ... "ప్రయాణం బాగా జరిగిందా" అంటూ కుశల ప్రశ్న వేసాడు.

"హో... బాగా జరిగిందన్నయ్యా" అన్నయ్య వాలకాన్ని చూస్తూ చెప్పాను. చూస్తుంటే బాగా చిక్కినట్టుగా వున్నాడు. ప్రతిదానికీ చిరాకు పడిపోతూ ఉంటాడు. ఆ చిరాకుల వల్లే బీపీ తో పాటూ షుగర్ కూడా చోటు చేసుకుందంట. మరి చిక్కక ఏమవుతాడు...? చూస్తే జాలేసింది.

సరాసరి హొటల్ కి తీసుకెళ్లి మంచి భోజనం పెట్టించాడు. జెట్లాగ్ వల్లో ఏమో అలా నడుం వాల్చగానే నిద్రలోకి వెళ్ళిపోయాను. ఆ రోజంతా అలా గడిచిపోయింది.

ఆ మర్నాడు కంచి ప్రోగ్రామ్ పెట్టాడు. సరే కదా కంచి కామాక్షి అమ్మవారి దర్శన భాగ్యం వుందనుకుని వెళ్ళాము. దర్శనం అయ్యాక చీరల షాపుకి తీసుకెళ్లాడు. "ఇప్పుడు ఇక్కడకెందుకు?" అడిగాను

"ఏం లేదు. అమ్మకి కంచిపట్టు చీరలంటే ఇష్టం కదా.నీ చేత్తో ఒక మంచి చీర నీకు నచ్చింది సెలెక్ట్ చేయి. ఆ తర్వాత అదెలాగూ నీకే ఇస్తాము గనుక" అన్నాడు.

అమ్మకని అనడంతో అడ్డు చెప్పలేకపోయాను.

అమ్మని దృష్టిలో పెట్టుకుని తన ఒంటికి బాగా నప్పే పసుపు పచ్చ చీరకి ఎర్రంచు చీర తీసాను. నన్ను ఒకటి తీసుకోమన్నాడు గానీ నేను ఒప్పుకోలేదు. ఆ చీర ఇస్తారు కదా అంటూ తప్పుకున్నాను. తిరిగి ఆ రోజు రాత్రికి చెన్నై వచ్చేసాము.

"చెన్నైలో నీకేమైనా పనులున్నాయా...?" అని అడిగాడు. "అబ్బే... ఇక్కడ నాకేం ఉంటాయి పనులు" అన్నాను.

"అయితే నువ్వు నాకు ఒక హెల్ప్ చేసి పెట్టాలి" అని అనడంతో నాకు అర్థం కాలేదు.

"అదే చెల్లీ...! ఈమధ్య మీ వదిన అమ్మ బట్టల బీరువా సర్దుతుంటే చీరల కింద చిన్న బ్యాగ్ లో లక్ష రూపాయలు కనిపించాయి. అవి ఎప్పటి నుంచి దాచుకుందో ఏమో ..? అవి ఖర్చు పెట్టడానికి చెల్లవు. అవన్నీ పాత వెయ్యిరూపాయల నోట్లు. ఇప్పుడవి బ్యాంకులో కొత్తనోట్ల కోసం మార్పిడి చేయడానికి కూడా ఇక్కడ వాళ్ళకిచ్చిన గడువు సమయం దాటిపోయి రెండు నెలలు అయింది. ఆ పాత నోట్లను ఇప్పుడు మార్చుకోవాలంటే నీవల్లే అవుతుంది." "అదెలా...? ఏం చేయమంటావో చెప్పు...?" ఆ విషయానికి విస్మయం చెంది అడిగాను.

"ఏం లేదు...! ఇండియాలో ఉన్నవాళ్ళకి గడువు లేకపోయినా... పాత నోట్లు రద్దు అయినప్పుడు ఎవరైతే విదేశాల్లో ఉన్నారో వాళ్ల కోసం గవర్నమెంట్ రిజర్వ్ బ్యాంకు లో ఆ నోట్లను మార్చుకోవడానికి ఈ నెలాఖరు వరకూ గడువు సమయం ఇచ్చింది. ఎలాగూ మనం చెన్నైలో ఉన్నాం కాబట్టి రిజర్వ్ బ్యాంకు కి లెటర్ ఇచ్చి మనం ఈ అవకాశాన్ని ఎందుకు ఉపయోగించుకోకూడదు ?" అంటూ నాకు తెలియని విషయాన్ని చెప్పాడు.

"నువ్వు విదేశం నుంచి నిన్ననే వచ్చావన్న రుజువులు నీ దగ్గరున్నాయి. నువ్వు పాత నోట్లు రద్దైనప్పుడు ఇండియాలో లేవు గనుక ఇప్పుడు పాత నోట్లను మార్చుకోవడానికి అనుమతి అడుగుతూ రిజర్వ్ బ్యాంకుకి లెటర్ రాస్తూ నీ పాస్ పోర్ట్ కాపీని జత చేసి ఇస్తే ఇంకా ఏమేమి పూరించి ఇవ్వాలో అన్నీ నేను చూసుకుంటాను. నీ అకౌంట్ లో డబ్బు జమ అయ్యాకా తిరిగి నాపేరున పంపు" అంటూ ఎంతో జాగ్రత్తగా చెప్పడావిషయం.

అన్నయ్య చెప్పినట్టుగానే... లెటర్ రాసిచ్చి... సంతకాలు చేసి ఇచ్చాను. రుజువులు అన్నీ సరిగా ఉండటంతో పని త్వరగానే అయిపోయింది.

అదే రోజు కాకినాడకు ప్రయాణమై సర్కార్ ఎక్కి కూర్చున్నాం. రైలు పరిగెడుతుంది... కిటికీ పక్కన కూర్చుని బయటకు చూస్తున్నానే గానీ నా మనసు రగిలిపోతుంది....

అమ్మా నాన్నా పోయినా... నాకోసం మళ్ళీ ఇన్నాళ్లకు పరితపించే అన్నయ్య నాకంటూ వున్నాడనుకుని... కరడు కట్టిన మనసుని కరిగించుకుని మరీ ఇంత దూరం వచ్చాను.

ఆ డబ్బు మార్పిడి కోసమే... అన్నయ్య ఆప్యాయత వెనుక ఇంత అర్థం దాగివుందన్న మాట.

ఆనాడు అమ్మకి ఆరోగ్యం బాగోలేదని వెళ్ళినప్పుడు... ఆమెకు ఏ లోటూ రాకూడదని అవసరానికి వాడుకోమని చెప్పి అమ్మ చేతికి లక్ష రూపాయలు ఇచ్చి వచ్చాను. వాటిని భద్రంగా బీరువాలో చీరల మాటున దాచి వుంచినట్టుంది.

ఈ విషయం అన్నయ్యకి తెలియక పోవచ్చు... నేనెలా

మర్చిపోగలను...?

బయటకు చూస్తూ మౌనముద్ర వేసిన నాకు ఒక ఆలోచన వచ్చింది. కథలపోటీకి కథ రాయాలనిపించి అన్నయ్యని మంచి థీమ్ చెప్పమని అడుగుదామకున్నాను. ఆ అవసరం లేకుండానే... ఆప్యాయతకి అర్థం' అనే పేరు పెట్టి ఈ విషయాన్నే మంచి కథలా రాయాలనిపించింది.

ఎన్నో థీమ్స్ చెప్పి దగ్గరుండి కథలు రాయించిన అన్నయ్య మీదే కథ రాయాలన్న ఆలోచన వచ్చినందుకు నా మీద నాకే సిగ్గుగా అనిపించింది. అయినా ఇలాంటి వారిమీద తప్పకుండా రాయాలి. మనసులో దృఢంగా అనుకున్నాను...!

–(మధురవాణి జూలై– సెప్టెంబర్ 2019 సంచికలో బహుమతి పొందిన కథగా ప్రచురించబడింది.)

మరణం తెచ్చిన మార్పు

ఆనంద్ కర్మకాండలు జరిగిపోయాయి!

చీకటి పడకుండా... వచ్చిన బంధుమిత్రులంతా ఎవరి ఇళ్లకు వాళ్లు తొందరపడుతూ ప్రయాణమై వెళ్లిపోయారు.

ఇక ఆ ఇంట్లో తనకూ, కొడుక్కి తోడుగా అత్తమామలు వుండిపోవడం... కొండంత ధైర్యాన్ని ఇచ్చాయి. మనసులో పశ్చాత్తాప భావనతో వారిని కృతజ్ఞతగా చూసింది లలిత.

భర్తను కోల్పోయి... భార్య,

తండ్రిని కోల్పోయి... కొడుకూ,

కొడుకుని కోల్పోయి... ముసలి తల్లిదండ్రులు,

ఎవరికీ వారికే కావాల్సినవాడు... ఆనంద్.

ఎవరి బాధ తీర్చేది కాదు. ఒకింట్లో ఒక మనిషి పోయాడంటే... ఆ ఇల్లు ఎంత నిశేధిగా మిగిలిపోతూ బావురుమంటుందో... ఆ కుటుంబ సభ్యులకు మాత్రమే తెలుస్తుంది.

మూడు రోజులు గడిచాయి... కోడలికీ, మనువడికీ ధైర్యం చెప్పి బరువెక్కిన గుండెలతో గుమ్మం దాటి వెళ్తున్న ఆ ముసలివాళ్లిద్దరి కాళ్లనీ చుట్టేసింది లలిత. "అత్తయ్యా... మావయ్యా..! నన్నుక్షమించండి. మీకు మీ కొడుకు మీద

ఏ మాత్రం ప్రేమ వున్నా... మమ్మల్ని వదిలి వెళ్లకండి. మీకు మీ అబ్బాయి లేని లోటుని మేము తీరుస్తాం. ఇన్నాళ్లూ మిమ్మల్ని ఎంతో కష్టపెట్టాను. ఒక్కగానొక్క

కొడుకుదగ్గర మీ జీవితం సాగనీయకుండా ప్రవర్తించేను. మీ అబ్బాయి మనమంతా కలిసుండాలని తపించేవారు. ఆ విషయం లో నేను ఏనాడూ సహకరించలేకపోవడంతో... ఆయన బాధపడని రోజంటూ లేదు. ఆయన బ్రతికున్నంత కాలం మీతో గడపనీయకుండా చేసిన పాపిష్టిరాలను. నాకు నాభర్త, పిల్లాడే లోకం అనుకున్నాను. మాకందరికీ పెద్ద దిక్కైన మీ అండదండలు మాకు అవసరం వుంటాయని ఏనాడూ గ్రహించలేక పోయాను. మీ గురించే... పదిహేను రోజులు మీ అబ్బాయికీ నాకూ మధ్య చిన్న వాదన జరిగింది. హైదరాబాద్ నుంచి ఇప్పట్లో ఇక్కడకు ట్రాన్స్ఫర్ అయ్యేటట్లు లేదనే నిరాశ తో... 'అమ్మా నాన్నా రోజు రోజుకీ నీరసించిపోతున్నారు. ఈ వయసులో వారిని వేరుగా ఉంచడం న్యాయమంటావా? వాళ్ళని కూడా మన ఇంటికి తీసుకొచ్చేస్తే... కనీసం నువ్వైనా వాళ్ళని ఓ కంట కనిపెట్టుకుని ఉండొచ్చు' అని వేడుకోలుగా నన్ను అడుగుతున్నా... ఆయన మాటలని మధ్యలోనే తుంచేసాను. వయసైన మీ ఇద్దరికీ సేవలు చేయడం నా వల్ల కాదని విరుచుకుపడ్డాను. దానితో మనస్తాపం చెంది...ఆ మర్నాడే నాతో ఏమీ మాట్లాడకుండా హైదరాబాదుకి ప్రయాణమై వెళ్లిపోయారు. అలా వెళ్ళినాయన కనీసం ఫోను కూడా చేయలేదు సరికదా నేను చేసిన ఫోన్ కాల్ ని కూడా రిసీవ్ చేసుకోలేదు. నాపై కోపం తగ్గకా చేస్తారనుకున్నాను. కానీ... ఆయన ఫోను నుండే ఆయన చావు కబురు వినడం... నాపై పిడుగు పడ్డట్టయింది. ఆయన నాకింత శిక్ష వేస్తారనుకోలేదు. ఇదంతా నా వల్లే జరిగింది. నన్నుక్షమించండి" అంటూ పశ్చాత్తాప వేదనతో ఏడ్చేసింది లలిత.

కోడలు క్షమాపణ అడిగేసరికి... ఆ పెద్ద మనసులు కరిగిపోయి ఆమెను అక్కున చేర్చుకుని కన్నీళ్లు తుడిచారు.

★★★

హల్లో గోడకి దండ వ్రేలాడుతూ... ఆనంద్ ఫొటో!

ఇంట్లోకి అడుగు పెడుతూనే... తన ఫొటోకి పట్టిన దుస్థితిని చూసి స్థాణువైపోయాడు ఆనంద్.

సడన్ గా వచ్చిన ఆనంద్ ని చూసి ఆశ్చర్యపోయారు ఆ కుటుంబమంతా! వారందరికీ తేరుకోవడానికి కొంత సమయం పట్టినా...

ఆనంద్ తల్లి తండ్రులను చూసి...

తల్లిదండ్రులు కొడుకుని చూసి...

లలిత భర్తను చూసి...

కొడుకు తండ్రిని చూసి...

మొత్తానికి తమకింక లేడు అనుకున్న ఆనంద్ కళ్ళముందు కనిపించగానే... ఒకరికొకరు చూసుకుంటూ... నమ్మలేకుండా వున్నారు.

భార్య చెప్పిన తన చావుకబురు కథంతా విన్నాకా... ఆనంద్ కి నవ్వాగలేదు. ఇంతకీ ఆనంద్ చావుకబురు ఎలా పుట్టిందంటే...

సికింద్రాబాద్ రైల్వే పోలీసుల నుంచి లలిత కి ఫోన్ వచ్చింది...

'ఆనంద్ అనే వ్యక్తి సికింద్రాబాద్ రైల్వేస్టేషన్లో ట్రైన్ కిందపడి చనిపోయాడనీ, పోలికలు కూడా గుర్తుపట్టలేనట్టుగా ఉన్నాయనీ, అతని దగ్గర ఉన్న ఆధారాలతో...మీ మనిషై వుంటాడనీ' పోలీసులు నిర్ధారించి చెప్పడంతో... ఆ పిడుగుపాటు వార్తని తట్టుకోలేకపోయింది లలిత. తనమీద కోపంతో వెళ్ళిన భర్త విరక్తితో ఆత్మహత్య చేసుకున్నాడనుకుంది. రైల్వే పోలీసులు ప్యాక్ చేసి అందించిన అతని శవానికి దహనకాండలు కూడా చేసేసారు. భర్తనుంచి ఫోన్ కాల్ కూడా రాకపోవడంతో అదే నిజమనుకుని ఇంకేమీ ఎంక్వయిరీ కూడా చేయించుకోలేదు.

ఆనంద్ కి ఆ విషయం అంతా తెలిసాకా... పదిహేను రోజుల క్రితం సికింద్రాబాద్ రైల్వే స్టేషన్లో జరిగిన సీనంతా కళ్ళముందు మెదిలింది.

ప్రతినెలా హైదరాబాద్ నుంచి రెండుసార్లు ఇంటికి వచ్చి వెళ్తున్నట్లే... విశాఖపట్నం నుంచి బయలుదేరి సికింద్రాబాద్ రైల్వేస్టేషన్లో దిగాడు ఆనంద్.

తల్లిదండ్రుల విషయమై భార్యతో గొడవపడి... చెదిరిన మనసుతో వున్న ఆనంద్ కి భార్య నుంచి వచ్చిన ఫోన్ కాల్ ని రిసీవ్ చేసుకోవాలనిపించలేదు. హైటెక్ సిటీ వెళ్ళడానికి ఎం ఎమ్టీఎస్ కి టికెట్ కొనుక్కుని... చంకనపెట్టుకున్న హ్యాండ్ బాగ్ తో ట్రైన్ ఎక్కుతుండగా... ఎవడో చాలా చాకచక్యంగా ఆ బాగ్ ని కొట్టేసాడు. మెరుపు వేగంతో అతను మాయమై పోవడంతో... అన్నీ క్షణాల్లో జరిగిపోయాయి. అప్పటికే ట్రైన్ కదిలిపోవడంతో ఏమీ చేయలేక చూస్తూండిపోయాడు. మళ్ళీ అంతలోనే కీచుమంటూ ట్రైన్ ఆగడం... ఎందుకాగిందో అనుకునేంతలో ఆ వార్త అందరికీ గుప్పుమంది. ఎవడో ట్రైన్ ఎక్కుతూ జారిపడి చచ్చాడని అనుకుంటున్నారంతా. పాపం అనుకున్నాడు ఆనంద్.

కళ్ళముందు ఆ రోజు జరిగిన సంఘటన కనిపించేసరికి... ఆ చచ్చిన మనిషిగా తానే సృష్టించబడ్డాడని అర్థమైంది ఆనంద్ కి.

భార్య కాల్ ని పట్టించుకోకుండా... షర్ట్ జేబులోంచి తీసిన సెల్ ని హ్యాండ్బ్యాగ్ లో పడేసాడు. ఆ బాగ్ లో సెల్ తో పాటు ఆధార్ కార్డు, ఎటిఎం కార్డు, డ్రైవింగ్ లైసెన్స్ వగైరా వగైరా కార్డులన్నీ వున్నాయి. చంకన పెట్టుకున్న అలాంటి ముఖ్యమైన బాగ్ ని దొంగ లాక్కెళ్ళడం.... ప్రమాదవశాత్తు అతనే ట్రైన్ కింద పడటంవల్ల... బాగ్ లోని ఆధారాలబట్టి ఆనంద్ గా గుర్తించి రైల్వేపోలీసులు ఫోన్ చేయడంతో... ఆనంద్ చనిపోయాడనే నిర్ధారణకి వచ్చారు.

★★★

చనిపోయాడనుకున్న ఆనంద్ తిరిగి రావడంతో... నుదుట కుంకుమ పెట్టుకుని...తీసేసిన తాళిని మళ్ళీ భర్తతో కట్టించుకుంది లలిత.

భర్తతో కలిసి అత్తమామల కాళ్ళకి నమస్కరిస్తూ వారి ఆశీర్వాదం కూడా తీసుకుంది. భార్యలో వచ్చిన మార్పుకి ఎంతో పరవశించిపోయాడు ఆనంద్.

ఆరోజు రాత్రి భర్త ఒడిలోకి వాలిపోతూ ఎంతో ప్రేమ చూపించింది లలిత. "సెల్ ఫోన్ పోయినంత మాత్రాన కనీసం ఫోన్ చేయకుండా మానేస్తారా? నా నెంబర్ నోట్లోనే ఉంటుంది కదా. ఈపదిహేను రోజుల్లో మీకెసల్ ఫోన్ కూడా

చేయాలనిపించలేదా?" భర్త కళ్ళలోకి చూస్తూ గోముగా అడిగింది. ఆ సమయంలో భార్య అలా అడిగేసరికి... ఏం సమాధానం చెప్పాలో అర్థం కాలేదు ఆనంద్ కి

నిజానికి సెల్ పోయిందని కాదు. భార్య మీద కోపంతోనే ఫోన్ కూడా చేయకుండా ఆమెను ఏడిపించాలనే అలా చేసి... ఇక వుండ బుద్ధి కాక వచ్చేసాడు.

ఇంటికి వచ్చేసరికి... పరిస్థితి అంతా మారిపోయి స్వర్గంగా తయారైంది. ఇక ఈ ఇంటికి తీసుకురాలేమనుకున్న తల్లితండ్రులు ఆ ఇంట్లో ఉండటం... భార్య వారినెంతో ప్రేమగా చూసుకోవడం... ఈ పదిహేనురోజుల్లోనే ఎంత మార్పు ...? ఇదంతా నా మరణం తెచ్చిన మార్పే కదా అనుకుంటూ మనసులో నవ్వుకున్నాడు.

నేను ఫోన్ చేయలేదు కాబట్టి సరిపోయింది. ఫోన్ చేసి ఉంటే... నేను చనిపోలేదన్న నిజం బయటపడి... నాకు జరపాల్సిన కార్యక్రమాలన్నీ ఆగిపోయి ఉండేవి. అవన్నీ జరిపించాలి కాబట్టి... నా తల్లిదండ్రులు నా గూటికి చేరారు. వారి అండదండల్ని ఈనాటికైనా తెలుసుకుంది నా భార్య అనుకున్నాడు ,భార్య నుదుటిపై ముద్దు పెట్టుకుంటూ.

లలిత ఇంకా మరిచిపోలేదేమో... ఫోన్ చేయలేదన్న విషయాన్నే పదేపదే అడుగుతున్న భార్యకు ఏవో కథలు చెప్పేసి... కమ్మగా నిద్రలోకి జారుకున్నాడు ఆనంద్!

(ఓ నిజ సంఘటన ఆధారంగా వ్రాసిన కథ)

–(తెలుగు.కం – సాహిత్యం అంతర్జాల పత్రికలో 09.08.2019 న ప్రచురించబడింది)

చివరాంకం

"అమ్మా... నాకు నాన్న లేడామ్మా...''?

తనకు ఏడేళ్ల వయసులో తండ్రి ఎలా ఉంటాడో తెలియక గుర్తుకొచ్చినప్పుడల్లా అడుగుతూనే ఉండేవాడు... తల్లిని అనంతు.

"మీ నాన్న మిలిటరీ ఉద్యోగానికి పోయి... సరిహద్దుల్లో కాపలా కాస్తున్నప్పుడు పాకిస్తానోళ్ళ తుపాకీ కాల్పులకు ప్రాణాలు గాలిలో కలిసిపోయాడని చెప్పేద్దాం అనుకునేది. కానీ... నోటి వరకూ వచ్చిన ఆ మాటల్ని గొంతులోనే మింగేసేది రంగమ్మ. చిన్న వయసులో అంత పెద్ద బాధను తట్టుకోలేడేమోనని. కానీ... ఏదో చెప్పాలి కాబట్టి... "మీ నాన్న దేవుడి కాడకు వెళ్లాడమ్మా...! నీకు తోడు నేనున్నాను కదా..." అంటూ కొడుకుని అక్కున చేర్చుకుని కథలు చెప్తూ తండ్రి తలపు నుంచి మరిపించేది.

రాను రాను పెద్దవాడవుతుంటే... తల్లి నోటినుంచి తెలియకపోయినా... ఇరుగు పొరుగు వాళ్ళ నోటినుంచి నిజం తెలియక పోలేదు. అలా తండ్రి విషయం తెలిసొచ్చి బాధ్యత కలిగిన కొడుగ్గా ఎదిగేసరికి.... తనకోసమే బ్రతికిన తల్లి అనారోగ్యంతో కళ్ళు మూయడంతో తోడు లేక ఒంటరి వాడయ్యాడు అనంతు.

★★★

అనంతు భార్యా ఇద్దరు కొడుకులతో ఎంతో ఆనందంగా సంసారాన్ని

గడుపుకొచ్చాడు. తాను తండ్రి లేకుండా పెరిగినందుకు కాబోలు... బాధ్యతాయుతమైన తండ్రిగా కొడుకులిద్దర్నీ ఎంతో అల్లారుముద్దుగా పెంచుకొచ్చి మంచి చదువులు చదివించాడు. అద్దాలు నాడు బిడ్డలు గానీ గెద్దలు వచ్చాకా... వారి వ్యక్తిత్వమే మారిపోతుందని ఊహించలేదు. పెళ్ళల చాటు మొగుళ్ళయి వేరు కాపురాలు పెట్టారు. ఉద్యోగాల పేరుతో... విదేశాలకూ వలసెల్లిపోయారు. కొడుకులు దూరమయ్యారని దిగాలుగా కూర్చుని... వారి కోసమే ఆలోచిస్తూ వుంటుంటే ఏదో ఒకటి పలకరిస్తూ ఈలోకంలోకి తీసుకొచ్చేది భార్య పార్వతి.

"మీరిలా దిగాలు పడిపోతే నేనేమైపోతాను చెప్పండి. పిల్లలు

చిన్నవాళ్ళు కాదు కదా...! వారికేవో కోరికలుంటాయి. విదేశాల్లో గడిపి ఆర్థికంగా వెనకేసుకుందామనే వారి ఆలోచనని తప్పుపడితే ఎలా చెప్పండి...? వారి ముచ్చట తీరితే తిరిగి వారే వస్తారు లెండి...!" భర్తకు ధైర్యం అయితే చెప్పింది గానీ... అక్కడకెళ్ళిన వాళ్ళు తిరిగిరారని అనుభవమున్న కుటుంబాల్లోని వారు చెప్పే వాస్తవాల్ని తానెన్ని వినలేదు గనుక...? అలాంటి విషయాలు ఎత్తితే... కొడుకులపై పెంచుకున్న ప్రేమనెక్కడ తెంపేసుకుంటాడో అనే భయంతో... సున్నిత మనస్కుడైన భర్త ఎక్కడ ఆరోగ్యాన్ని పాడు చేసుకుంటాడోనని ఎప్పటికప్పుడు ఆ ఆలోచనల నుంచి బయటకు తీసుకొస్తూ ఉంటుంది అనంతుని.

అందుకే... చాలా ప్రేమగా భర్తను దగ్గరకు తీసుకునేది. ఈ మలి వయసులో మీకు నేనూ... నాకు మీరూ ఒకరికొకరం తోడై ఉన్నాము. మనకది చాలదూ అంటూ భర్తను చిన్నపిల్లాడిలా లాలించేది. భార్య మాటలు అతనికి కొండంత ధైర్యాన్నిచ్చినా... కొద్ది రోజులకే హఠాత్తుగా గుండెపోటు రావడంతో భార్య పార్వతి కన్నుమూసింది.

భార్య మరణంతో మళ్ళీ ఎవరి తోడూ లేని ఒంటరివాడుగా మిగిలిపోయాడు ఆ ఇంట్లో అనంతు.

★★★

అనంతుకి డెబ్బైయేళ్ళు దాటాయి.

బాల్యంలో అమ్మ తోడుండేది. యవ్వనంలో భార్య తోడుండేది. ఈ వృద్ధాప్యం లో తోడుండాల్సిన బిడ్డలు దూరంగా ఉండటంతో... మనోవ్యాధి తోడయ్యింది.

భార్య పార్వతి పోయినప్పటి నుంచీ ఒంటరి బ్రతుకులోని కుమిలిపోటుకు బెంగతో మంచాన పడ్డాడు. ఊరు పొమ్మంటున్నా కాదు రమ్మనడం లేదు. స్వతహాగా... చిన్నప్పటినుంచీ కూడా చిన్న విషయానికే కుమిలిపోయే తత్త్వం కావడం వల్లనేమో... అన్ని జబ్బుల్నీ మించిన మనోవ్యాధి మనసును చెదపురుగులా దొలిచేస్తుందిప్పుడు. తాను పోయేలోపు ఆ ఇంట్లో కొడుకులొచ్చి వారి కుటుంబాలతో సందడి చేస్తూ ఉండాలన్నదే కోరిక. భార్య పోయినప్పుడు వచ్చిన కొడుకుతో చెప్పాడు... తన మనసులోని మాట. అదిగో వస్తాం ఇదిగో వస్తాం అంటూ ఇప్పటివరకూ రానేలేదు. అందుకే... తను పోయినప్పుడు తల కొరివి పెట్టడానికైనా సమయానికి రారేమో అనే బెంగ. తానేమిటో ఎవరో తెలియని క్షీణ స్థితికి తెచ్చేసాయి.

జీవితంలో ఏం పొందినా పొందకపోయినా ఈ చివరాంకంలో కొడుకులు

పెట్టే తలకొరివి కోసం ఎదురుచూస్తూ కళ్ళు మూసే అనంతులాంటి తండ్రులెంతమందో...

పాపం అనంతుకి తెలీదు... అదే సమయంలో విదేశంలో కొడుకులిద్దరూ కూడా కరోనా బాహుబంధాల్లో చిక్కి చావు బ్రతుకుల మధ్య కొట్టుమిట్టాడుతున్నారనీ ...వారి కళ్ళలో ఇప్పుడు ఏ తోడూ లేని తండ్రి రూపం కదలాడుతూనే ఉందని...!

– (సుకథ అంతర్జాల పత్రిక కథలపోటీలో బహుమతి పొంది 20.05 . 2020 న ప్రచురించబడింది)

అంతర్మథనం

"నా ఒంట్లో నాకేమవుతుందో తెలీడం లేదు. నాలో ఏదో నిస్సత్తువ ఆవరిస్తుంది. ఎప్పటిలా మంచంపై పడుకోలేకపోతున్నా. కూర్చోవడానికి ప్రయత్నిస్తున్నా పక్కకి వాలిపోతున్నా. ఊపిరాడక నాలో నేనే సతమతమైపోతుంటే దేవుడిలా కనిపించాడు నా గది ముందు తచ్చాడుతూ నా కొడుకు. నాలో ఎక్కడలేని ధైర్యమూ వచ్చింది. ఆ తర్వాత నాకేమైందో తెలీదు.

మత్తుగా కళ్ళు తెరిచేసరికి నేనెక్కడో వున్నాను. నన్ను నేను పరిశీలించుకుంటే... నా ఒంటి నిండా ట్యూబుల్లాంటివి అమర్చేసి వున్నాయి. ఒక్కక్షణం నాకు అర్థం కాలేదు... నెమ్మదిగా రాత్రి నాలో నేను పడ్డ నా అంతరంగ స్థితి గుర్తుకొచ్చింది.

"ఇప్పుడెలా వుంది మామ్మగారూ...?" నా దగ్గరకొచ్చి నాచేయి నాడి పట్టుకుని చూస్తూ... అడిగిందామె. తెల్లటి బట్టల్లో కనిపిస్తున్న ఆ అమ్మాయి నర్స్ అని తెలిసాకా... నేను ఆసుపత్రిలో ఉన్నానని అర్థం అయింది.

బ్రతికి బయట పడ్డందుకు ..... రిలీఫ్ గా అనిపించింది. "మా అబ్బాయి, కోడలు ఎక్కడ? కనిపించరేం...? గాబరాగా నర్సుని అడిగాను.

"బయట వెయిట్ చేస్తున్నారు. మీరిప్పుడు ఐసియు లో ఉన్నారు. లోపల ఎవరూ ఉండకూడదు. కొంచెంసేపు ఓపిక పట్టండి కబురు చేస్తాము" అంది. "ఐసియులో ఉన్నానా...? అసలు నాకేమైంది...?" గాబరాగా చుట్టూ పరికించి చూసాను. నాలాంటి అవస్థే ఇంచుమించుగా పడుతున్నారంతా. ఒకరిద్దరు అయితే... ఈలోకంతో సంబంధం లేనట్టుగా పడివున్నారు. వారినలా చూస్తుంటే... చాలా భయమేసింది. అలాంటి వారి మధ్య నేను కూడా తోడవ్వడాన్ని బట్టి చూస్తే... నాకేదో భయంకరమైన జబ్బే వచ్చిందేమోనని నా అంతరాత్మకి అనిపించింది. ఆ తలంపుతో నా గుండె జల్లుమంది. నిజంగా అలాంటిదే అయితే నేను తట్టుకోగలనా...? నా

మనసులో గుబులు మొదలైంది. గాబరా వల్లనో ఏమో... కడుపులో కొంచెం కాఫీ చుక్కయినా పడితే బాగుండుననిపించింది.

నా అవస్థ గమనించిందో ఏమో...? "రాఘవమ్మ గారి అటెండర్ని పంపించండి..." అంటూ నర్స్ ఫోన్ చేయడం వినిపించింది నాకు. నావాళ్ళ కోసం ఎంతో ఆత్రుతగా తలుపువైపు చూస్తున్నా...... "ఇప్పుడెలా వుందమ్మా....?" ఆ గొంతు విని... ఆ వచ్చింది నా కొడుకే అని గుర్తు పట్టాను గానీ... కోటు లాంటి ఆ పొడవాటి గొనులోనూ... ముక్కుకీ, నోటికీ కట్టుకున్న ఆ మాస్క్ తోనూ దగ్గరకు వచ్చి నిలబడినా పోల్చుకోలేక పోయాను ఆ వేషం వల్ల.

నా కొడుకు సూర్యం వచ్చి... నా కళ్ళలోకి కళ్ళు పెట్టి పలకరించేసరికి... రాత్రంతా నాకోసం ఎంత బెంబేలెత్తిపోయి వుంటాడో కదా అనిపించి... నా కళ్ళు చెమర్చాయి. బానే ఉందని తల ఊపి..."నాక్కొంచెం కాఫీ కావాలి రా"

అంటూ అడిగిన నా గొంతులో నాకే బేలతనం తెలిసింది.

"కాఫీ ఇవ్వచ్చో లేదో... కనుక్కుంటాను" అంటూ అక్కడ డ్యూటీ డాక్టరుని అడిగాడు. "లిక్విడ్స్ ఏమీ పట్టకూడదు... పోనీ అడుగుతున్నారు కాబట్టి ఈ మాత్రం కన్నా ఎక్కువ ఇవ్వకండి" అంటూ వేళ్ళతో కొలత చూపించాడు డాక్టర్. నా కొడుకు కాఫీ తెస్తానని బయటకి వెళ్ళగానే... దానికోసం ఎదురుచూస్తూ నీరసంగా కళ్ళు మూసుకున్నా.

"అత్తయ్య గారూ "అంటూ తట్టి లేపింది నా కోడలు సంధ్య. ఆ పొడవాటి గొనులోనూ, ముక్కుకున్న ఆ మాస్క్ లోనూ భలే చిత్రంగా కనిపించింది. అసలు లోపలకి వస్తున్నవాళ్ళంతా అవెందుకు ధరిస్తున్నారో...? బహుశా మా జబ్బులు వాళ్ళకి అంటుకోకుండా ఆసుపత్రి వాళ్ళు చేసిన ఏర్పాటు కాబోలు అనిపించింది నా బుర్రకి.

నీరసించిన నా ముఖం లోకి తొంగి చూస్తూ..."కాఫీ కావాలని అడిగారట. లేచి తాగగలరా...?" కోడలు అడిగేసరికి... కాఫీ తాగేయాలన్న ఆత్రంతో లేవడానికి ప్రయత్నించాను గానీ నావల్ల కాలేదు. "మీరలా పడుకునే వుండండి. నేను పట్టిస్తా..." అంటూ నర్స్ సాయం తీసుకుని... తల దగ్గర మంచాన్ని కొంచెం ఎత్తించి... గ్లాసులో కాఫీని కొంచెం కొంచెంగా నా నోట్లోకి పోసింది. తాగగానే... ప్రాణం లేచి

వచ్చినట్లైంది.

నుదుటిపై పడిన నా తలవెంట్రుకలని వెనక్కి లాగి...”ఏమీ ఆలోచించకుండా స్థిమితంగా పడుకోండి... మీకేమీ కాలేదు. ధైర్యంగా వుండండి" అంటూ నాతో నాలుగు మాటలు మాట్లాడి...నాలో కొత్త జీవాన్ని నింపింది.

నా పనులు నేనే చేసుకోవాలనే ధోరణిలో వుండే కోడలు... ఇలాంటి కష్ట సమయాల్లో మాత్రం వెనుకడుగు వేయకుండా... నాకు సేవ చేయడానికి తన కుడి చేయా, ఎడమ చేయా అని ఆలోచించదు. 'మధ్యాహ్నం భోజనం తీసుకుని మళ్ళీ వస్తాను' అంటూ... వెళుతూ వెళుతూ నా ఒంటిమీద బట్టలు సర్ది, నడుము కింద జరిగిన అండర్ పాడ్స్ ని సరిచేసి మరీ వెళ్ళింది.

ఆ సాయంత్రం చూడటానికి వచ్చిన కొడుకు సూర్యాన్ని అడిగాను. “అసలు నన్నెందుకు జాయిన్ చేశారు...? నాకేం అయిందని...?”

సూర్యం నాకళ్ళలోకి చూడలేక... పొంగిన నా పాదాలను రాస్తూ చెప్పాడు... నాకు షుగర్ ఎక్కువవ్వడం వలన... నా కిడ్నీలు దెబ్బతిన్నాయి అని. అప్పుడప్పుడు డయాలసిస్ చేయించుకుంటూ ఉంటే నయమైపోతుందనీ.

నాకు డయాలసిస్ చేయడానికి... ఏదో ఆపరేషన్ చేయాలంటూ... థియేటర్ లోకి తీసుకెళ్ళి పోయారు. నా మెడ పక్కన చిన్నపాటి గొట్టమేదో పెడుతుంటే... నేను పడ్డబాధ ఎవ్వరికి తెలుస్తుంది? డయాలసిస్ చేయడానికి... నన్ను ఆ యూనిట్ కి తీసుకెళ్ళిపోయారు. అక్కడ చిన్నవాళ్ళ దగ్గరనుంచి నాలాంటి ముసలివాళ్ళ వరకు చాలా మందే ఉన్నారు. డయాలసిస్ చేయించుకోవడం పూర్తయిన వాళ్ళు వాళ్ళంతట వాళ్ళు లేచి నడిచి వెళ్ళిపోతుంటే... నేను కూడా అలా లేచి వెళ్ళగలననే ధైర్యం వచ్చింది నాలో.

నన్ను ఐసియు నుంచి రూంలోకి మార్చారు. ఇప్పుడు నా బంధుమిత్రులంతా నన్ను చూసి పలకరించి వెళ్తున్నారు. నాలో కొత్త ఊపు వచ్చింది. డయాలసిస్ చేసాకా... నా ఒంటి పొంగులు తీసాయని అంటున్నందుకు ఆనందం వేసినా... దాహంతో నా నోరు ఎండిపోతుంది. నీళ్ళు కావాలని కోడలిని అడిగితే... నా గొంతులో పోస్తున్న నీటిని చటుక్కున వచ్చి తీసేసుకుంది నర్స్. డయాలసిస్ పేషెంట్ కి నీళ్ళు

ఇవ్వకూడదంటూ. ప్రోటీన్స్ వున్న ఆహారమే ఇవ్వాలని నా నోట్లో ఎంతపెడితే ఏం లాభం? గుక్కెడు నీళ్లు తాగగలిగితేనే కదా... గొంతు దిగేది. నోటికేమీ రుచించడం లేదు. నోట్లో మందులు వేసేటప్పుడు వేసే ఆ రెండు చెంచాల నీటికోసం క్షణక్షణం అల్లడిపోతున్నా.

రెండు మూడు రోజుల్లో ఇంటికి వెళ్లిపోతాం అనుకున్నాం. కానీ అక్కడకు వచ్చి నెల్లాళ్ళు దాటిపోయింది. రోజు విడిచి రోజు చేస్తామని చెప్పిన డయాలసిస్ కాస్తా రోజుకి మూడు సార్లు చేస్తున్నారు. కిడ్నీ డాక్టరే కాదు. గుండె, ఊపిరితిత్తులు, బ్రెయిన్, లివరుకు సంబంధించిన రకరకాల డాక్టర్లందరూ వస్తున్నారు... ఎవరికి వాళ్ళు ఇంకా ఏవేవో టెస్టులు చేయాలంటూ మందులు రాసుకుపోతున్నారు. వారిని అనుసరిస్తూ... నాలోని రక్తాన్ని సిరంజీలతో తోడేస్తూ... నా నరాలన్నీ కుళ్ళబొడిచేస్తున్నారు. దానికి తోడు... నేను ఎటూ కదలలేని స్థితిలో ఉన్నానేమో... నా నడ్డికిందంతా గాలి తగలక చురుక్ చురుక్ మంటున్న మంటలు. నన్ను పక్కకి తిప్పి పడుకోపెట్టాలనే నావాళ్ళ ప్రయత్నానికి నేను సహకరించలేకపోతున్నా!

ప్రతిరోజూ నాకోసం...పిచ్చెళ్లలా తిరుగుతున్న కొడుకూ, కోడలిని చూస్తుంటే జాలేస్తుంది. నన్ను ఇంటికి తీసుకెళ్ళిపోతే బాగుండునని నా మనసుకి అనిపించింది. నోరుపెగలక చెప్పలేకపోయాను. చేతుల సంజ్ఞతో చెప్పాలనిపించింది. నా చేతులు కూడా కదల లేని స్థితిలో వున్నాయి.

"భీష్ములవారు తన చావుకోసం ఉత్తరాయణంలోని ఏకాదశికై నిరీక్షిస్తూ... అంపశయ్య పై బాధ పడినట్టే వుంది రాఘవమ్మ పరిస్థితి కూడా" నేను నిద్రలో ఉన్నాననుకుని ఎవరో బంధువు అంటున్న మాటలు నాకు వినబడుతూనే వున్నాయి....

అంటే... నా జీవితం ఇంక ముగింపుకి వచ్చేస్తుందన్నమాట. నాలో బ్రతుకుతానన్న ఆశ పూర్తిగా పోయింది. ఇప్పటికైనా నన్ను ఇంటికి తీసుకెళ్ళిపోతే బాగుండును. నా మనసు మూగగా రోదిస్తుంది.

నాలో ఏమైందో ఏమో...? నన్ను రూమ్ నుంచి ఐసియు కి తీసుకెళ్ళాలంటూ హడావిడి పడుతున్నారు. మంచం మీద వున్న నన్ను అటు నలుగురు ఇటు నలుగురు పట్టుకుని మోయలేక మోయలేక స్ట్రెచ్చరు మీద ఎత్తి కుదేశారు. ఆ క్షణం నేను పడిన

బాధ ఎవరికెటుక...?

ఐసియు అనే నరకకూపానికి మళ్ళీ బదిలీ చేశారు. ఈసారి తట్టుకునే శక్తి నాకు లేదు. దాహంతో నాలుక పిడచగట్టుకుపోయి గొంతులోకి తోసుకుపోతున్నట్టుంది. చచ్చేటప్పుడైనా గుక్కెడు నీళ్లు గొంతులో పోస్తే బాగుండును.

పూర్వం... తన వారికి ప్రాణం పోతుంది అని తెలియగానే... వారికిష్టమైన వంటకాలన్నీ నోటికి తాకించేవారు. ఆప్తులైన ఆ ఇంటిల్లిపాదీ ఇంటిముంగిట్లో మంచం చుట్టూ చేరి.. కడచూపు కోసం తపించేవారు... పోయిన వాళ్ళ ఆత్మ

శాంతిచాలని.

ఇప్పుడు ఈ ఐసియు చావులొచ్చాకా... నోట్లో గుక్కెడు నీళ్లు కాదు కదా... తమ వాళ్లెవరూ కనిపించక ఎవరూ లేని అనాథ చావు చావాల్సి వస్తుంది. ప్రాణం లేని శరీరాన్ని కూడా ప్రాణం ఉన్నట్టుగా వెంటిలేటర్లతో బొమ్మలాటలాడిస్తున్న ఆసుపత్రుల వ్యాపారానికి ఎందుకిలా తల వొంచుతున్నారో...? ఇప్పుడు నా పరిస్థితి ఏమవుతుందో...?

ఒరేయ్ సూర్యా...! నాకు వచ్చిన జబ్బు ఇంత భయంకరమైనదని తెలిసి కూడా... నాకెందుకింత ఖర్చుపెట్టి వైద్యం చేయించావు...? నన్ను బ్రతికించుకుందామన్న ఆశతోనే కదా! బ్రతకనన్న నిజం తెలిసినప్పుడైనా... నన్ను ఇంటికి తీసుకెళ్లిపోయి ఉంటే... బ్రతికిన నాలుగురోజులైనా మీ మధ్య మిమ్మల్ని చూస్తూ ...తృప్తిగా తనువు చాలించేదాన్ని.

దేవుడా నువ్వే నాకు దిక్కు. ఈ నరకం నుంచి స్వర్గానికి తీసుకెళ్లిపో...! నాలో ఎక్కడో ఇంకా మిణుకు మిణుకు మంటున్న ప్రాణంతో దేవుడ్ని వేడుకుంటున్నా. నా మొర ఆలకించాడేమో...? ఆ దేవుడు రారమ్మని పిలుస్తున్నాడు నన్ను. నేను వెళ్ళి పోతున్నా... నా ఆత్మ నా దేహాన్ని వదిలి ...దూదిపింజలా అలా అలా తేలిపోతూ వుంది...శెలవా మరి !"

(ప్రతిలిపి అంతర్జాల పత్రికలో 22.11.2017 న ప్రచురించ బడింది)

పెళ్ళిచూపులు

ఉదయం ఆరు గంటలు. అప్పుడే సూర్యుడు ఆకాశాన్ని ఆక్రమిస్తున్నాడు. పచ్చని పొలాల మధ్యగా పారుతున్న పంట కాలువ చప్పుడు ఆహ్లాదకరమైన సంగీతంలా వినిపిస్తుంది.

కారులో రాత్రి నుంచి ప్రయాణం చేస్తూ వచ్చారేమో... ప్రశాంతమైన ఆ పల్లె వాతావరణానికి చేరగానే.... మనసుకెంతో ముచ్చటగా అనిపించింది. సూరవరం గ్రామం...! ఆ పల్లెకు పెళ్లిచూపుల కొచ్చాడు కార్తీక్.

"ఈ పచ్చటి పొలాల మధ్య కార్లో కాకుండా... ఎడ్లబండి అయితే... ఇంకెంత హాయిగా ఉండేదో...?" మనసులో అనుకుంటూనే పైకి అనేశాడు కార్తీక్.

సరిగా అప్పుడే మంచినీళ్ల బాటిల్ని ఎత్తి నీళ్లు తాగుతున్న అనసూయకు పొలమారింది... కొడుకు మాటలు విని.

"అయ్యో... జాగ్రత్త...! నెమ్మదిగా తాగొచ్చు కదా..." ఉక్కిరి బిక్కిరవుతున్న భార్య తలమీద తడుతూ సముదాయించాడు రవీంద్ర.

దాన్నుంచి తేరుకున్నాక...." చూసారా మరి వీడి మాటలు...? కార్లో సరిపోలేదు అంట. ఎడ్ల బండి మీద వెళ్తే ఇంకా బాగుండేది అంటున్నాడు. అమెరికా వెళ్లినా... వీడింకా పాత రోజుల్లాగే ఆలోచిస్తుంటే ఎలా చెప్పండి...?"

కొడుకు వరసేమీ బాగోలేదన్నట్టు భర్తతో అంది అనసూయ.

"పోన్లేవే...!" అమెరికా నుంచి వచ్చిన వాళ్లందరికీ... ఇలాంటి దృశ్యాలు కనిపించేసరికి అన్ని విధాలుగా ఆనందించి పోవాలని చూస్తారు. ఆ బిజీ జీవితాల్లోంచి వచ్చి ఇలాంటి వాతావరణాలు చూస్తే మనసు గెంతులేయక

ఏమవుతుంది...? అలాగే... ఈ వరిచేలల్లో అందమైన ఓ పడుచుపిల్ల కూడా కనిపిస్తే మరీ బాగుంటుంది.'' అన్నాడు కొడుకుని వెనకేసుకొస్తూ.

భర్త మాటలకు అనసూయ మరికాస్త చిరుబుర్రు లాడినా... కొడుకు మాత్రం పెద్దగా నవ్వేసాడు తండ్రి మాటలకు.

అసలు అనసూయకు ఆ ఊరి సంబంధమే ఇష్టం లేదు. శుభ్రంగా హైద్రాబాద్ లోనే... మంచి మంచి సంబంధాలు వస్తే... అవన్నీ కాదని పల్లెటూరు సంబంధం కావాలన్నాడు కొడుకు. అప్పటికప్పుడు పెళ్లిల్ల పేరయ్యిని అడిగితే ... మీకు అన్ని విధాలా నప్పే మంచి సంబంధం అని చెప్పడంతో ఇంత దూరం రావాల్సివచ్చింది. అసలు అమెరికాలో వుంటున్నందుకు చేసుకోబోయే అమ్మాయి చలాకీగా ఉండి... మోడరన్ గా ఉంటే... విదేశాల్లో నెగ్గుకురాగలదు. కానీ వీడెంటో... పల్లెటూరి పప్పుసుద్దిని చేసుకుని అక్కడెలా గడుపుతాడో అనే ఆ తల్లి బెంగ. పైగా అంత దూరం వెళ్తున్నాం కదా... ముందు ఫోటో పంపించమని చెప్పి... బాగుంటే అప్పుడెళ్లొచ్చంటే... అలా చూడనంటే చూడనన్నాడు. ఏదైనా... ముఖాముఖి చూసినప్పుడు నచ్చితేనే... తనకు అసలైన పెళ్ళిచూపులన్నాడు. ఇప్పుడు ఆ అమ్మాయి ఎలా ఉంటుందో ఏమో...? అనసూయ ఈ ఆలోచనలో వుండగానే... అమ్మాయి ఇంటికి చేరుకున్నారు.

పల్లెటూరు కావడంతో... మందువా లోగిలితో ఉన్న లంకంత ఇల్లు అది. అతిథులను గౌరవంగా లోనికి తీసుకెళ్లారు. వెళ్ళగానే కొబ్బరి బొండాలు అందించడంలోనే పల్లెటూరి మర్యాద చూపించారు. ఆ తర్వాత ఇక చెప్పక్కర్లేదు... నాలుగెదు పిండి వంటలతో పాటూ... జున్నుతో సహ ఫలహారాలు పెట్టారు. అక్కడ వరకూ బానే జరిగింది. వారి ఆస్తిపాస్తులు, కుటుంబం అన్నీ నచ్చాయి అనసూయకు. రవీంద్ర కూడా ఇష్టపడ్డాడు.

ఇకపోతే... అమ్మాయిని చూడ్డం కోసమే... కార్తిక్ ఎదురుచూసేది.

పల్లెటూరు కదా... దుర్ముహూర్తం అవీ లేకుండా చూసి... అమ్మాయిని తీసుకొచ్చారు. చూసీ చూడంగానే... అనసూయకు తెగ నచ్చేసింది. ఏ పప్పుసుద్దిని చూడాల్సి వస్తుందో అనుకుని కంగారు పడింది గానీ... తాను అనుకున్నట్టుగానే ఈ

పల్లెటూళ్ళో కూడా అలాంటి మొడరన్ అమ్మాయి దొరకడం ఎంతో అదృష్టంగా పొంగిపోయింది.

ఆ పల్లెటూరి ప్రకృతిని చూసి ఆనందించినంత సంతోషం కనిపించలేదు ఆ అమ్మాయిని చూసాక కార్తిక్ ముఖంలో. ఆ విషయం గమనించిన తండ్రి భార్య పక్కగా జరిగాడు.

"ఉండు... నువ్వేమీ తొందరపడి మాట ఇచ్చేయకు. ఒక విషయం మనవాడిని కూడా అడిగాక కబురుచేద్దాం అని చెబుదాం" అన్నాడు భార్య చెవిలో గుసగుసగా రవీంద్ర.

★★★

కాకినాడ... టౌన్!

'మంచి సిటీల్లో ఉన్న సంబంధాలు మానేసి... ఇలాంటి టౌనుల్లో ఉన్న పిల్లని చూడ్డానికి వచ్చాం. వీడి మనసేమిటో అర్థం కావడం లేదు'. ట్రైన్ దిగుతూ... తనలో తాను అనుకుంది అనసూయ..

హొటల్ రూంలో ఫ్రెష్ అయి... పెళ్లిచూపుల కోసం అమ్మాయిని చూడ్డానికి వెళ్లారు.

అమ్మాయిని ఇవ్వాలనుకున్నప్పుడు... ఆ ఇల్లంతా హడావిడిగానే ఉంటుంది. అతి మర్యాదలు చేస్తూ... అమ్మాయిని తీసుకొచ్చి కూర్చోబెట్టారు. ఒకరికొకరు చూసుకున్నారు. అనసూయకు ఈ సంబంధం కూడా బానే ఉందనిపించింది. "అబ్బాయి అమ్మాయినేమైనా అడుగుతాడేమో అడగమనండి..." అన్నాడు పిల్ల తండ్రి.

కార్తీక్...తల అడ్డంగా ఊపుతూ... చిన్న నవ్వు నవ్వాడు.

కొడుకు వాలకం చూసి... అనసూయకు కూడా అర్థమయ్యింది. వారేం అనుకుంటారో అని తానే రెండు మూడు ప్రశ్నలు వేసింది... అబ్బాయి తల్లనే హొదాలో.

అన్నిటికీ తడుముకోకుండా సమాధానం చెప్పింది. కార్తిక్ కైతే చాలా ఇబ్బందిగా ఉంది. మధ్యమధ్యలో అమ్మాయి తననే చూస్తుంటే...! "ఇక బయలుదేరుదాం" అన్నాడు రవీంద్ర.

"ఏ విషయమూ చెప్తారు కదూ" అన్నాడు పిల్ల తండ్రి. "అలాగేనండీ..." రెండు మూడు రోజుల్లో ఏ విషయమూ చెప్తాము". అంది అనసూయ.

★★★

హైద్రాబాద్ నగరం....!

హమ్మయ్య అనుకుంది అనసూయ. తన పోరు పడలేక ఎట్టకేలకు పొరుగూరు వెళ్లే ప్రసక్తి లేకుండా... ఇక్కడ తనకు అన్ని విధాలా నచ్చిన సంబంధానికి పెళ్లి చూపులు చూడటానికి కొడుకు ఒప్పుకున్నందుకు చాలా సంతోషంగా ఉంది అనసూయ.

సిటీ కదా...! అమ్మాయి వుండే ఏరియా చాలా దూరమే అయినా... లోకల్లోనే అనే సంతృప్తి ఆమెకు. "దేవుడి దయ వలన ఈ అమ్మాయైనా నచ్చితే బాగుండును. వెంటనే తాంబూలాలు పుచ్చేసుకుని... పెళ్లి జరిపించేయాలి." భర్తతో అంది అనసూయ.

"ముందు వాడికి అమ్మాయంటూ నచ్చితే పెళ్లి సంగతి ఆలోచించొచ్చు" అన్నాడు రవీంద్ర.

"మీరు మరీనూ. కోరి కోరి అడుగుతున్నారు. లక్షణమైన సంబంధం. అమెరికాకి సూటయ్యే పిల్ల కూడాను. ఇంగ్లీషు అదీ చక్కగా మాట్లాడుతుంది అంట. ఈ అమ్మాయి తప్పకుండా మనోడికి నచ్చుతుంది చూడండి. మనం తలుచుకోవాలే గానీ పెళ్లి కుదిరిన వారం రోజుల్లోనే అయిపోతున్న పెళ్లిళ్లు ఎన్ని చూడ్డం లేదు...? మళ్లీ మళ్లీ అంత దూరం నుంచి ఏం వస్తాడు...? మాఘమాసం కూడానూ. పెళ్లి ముహూర్తాలకు కొదవేం లేదు." ఎంతో ధృడనిశ్చయంతో ఉంది అనసూయ.

అమ్మాయి ఇంటికి వెళ్లారు. పెళ్లి చూపులు తతంగం అవుతుంది.

అమ్మాయితో అబ్బాయిని మాట్లాడమన్నారు.

కార్తీక్ ఏమీ మాట్లాడకపోయేసరికి... అమ్మాయే చొరవదీసుకుని... యక్ష ప్రశ్నలు వేసింది. అన్నిటికీ దిక్కులు చూస్తూనే సమాధానం చెప్పాడు. కార్తీక్ వాలకం చూస్తుంటే... ఈ సంబంధం కూడా 'నో' అనేలా ఉన్నాడని అర్థమైపోయింది తల్లిదండ్రులకు.

★★★

అమెరికా...దేశం...!

తెలిసినవాళ్ళు ఒక పార్టీకి ఆహ్వానిస్తే వెళ్ళాడు కార్తీక్. అక్కడకు వచ్చిన ఒక అమ్మాయిని చూసి ఆశ్చర్యపోయాడు కార్తీక్.

చూడగానే కళ్ళు మెరిసాయి.

మనసు ముచ్చటపడింది.

వెతకబోయిన తీగ కాలికి తగిలినట్టయ్యింది.

"నమస్కారం" అంటూ ఎంతో శ్రావ్యంగా పలికింది. పరిచయం అయిన కొంచెం సేపట్లోనే. ఆమె ఎలాంటిదో అర్థమయ్యింది. '

ఆ విషయం తల్లిదండ్రులకు చెప్పాలనుకున్నాడు. ఇప్పటికే తనపై కోపంగా ఉంది తల్లి. నిక్షేపం లాంటి సంబంధాలు కాదని వచ్చేశాడని. తల్లిదండ్రులకు అర్థమయ్యేట్టు ఎలా చెప్పాలి...? ఇలాంటి సున్నితమైన విషయాల్ని ఒక్కోసారి నోటితో కంటే... రాతలతోనే మనసులోని మాటల్ని, భావాల్ని విప్పిచెపితే అవతలవారి మనసుని కరిగిస్తుంది. ఎప్పుడూ ఉత్తరం రాసే అలవాటు లేకపోయినా... మొదటిసారి రాయాలనే ప్రయత్నం చేద్దామనుకున్నాడు.

ఆ ఆలోచన తట్టగానే...

లాప్‌టాప్ ఓపెన్ చేసాడు... అమ్మకు మెయిల్ పెట్టడానికి...!

ప్రియమైన అమ్మకు,

నేను ఇక్కడ బాగున్నాను. మీరెలా వున్నారు..? నాకు తెలుసు ... నామీద నీకు కోపం పోలేదని. నీకు నచ్చిన అమ్మాయిలు నాకు నచ్చలేదనే కదా.

నిజానికి నువ్వు చూపించిన అమ్మాయిలందరూ బాగున్నారు. నీ సెలక్షన్ లో లోపమేమీ లేదు. అందరూ బాగా చదువుకున్నారు. ఉద్యోగాలు చేస్తున్నారు. మన అంతస్తుకు తగ్గ సంబంధాలే చూసారు. కానీ నేనెవరినీ ఇష్టపడలేక పోయాను. కారణం నా ఊహల్లో అమ్మాయిలు వేరు. అలాంటి ఊహలతోనే పెళ్లిచూపులకు వచ్చేవాడిని. నేను చేసుకోబోయే అమ్మాయి నాకు నచ్చే విధంగా కళ్ళముందు

కనిపించాలని ఎన్నో అనుకున్నాను. కానీ నాకెవరూ అలా కనిపించలేదు. నా మనసు వేరు, నా భావాలు వేరు, నా ఇష్టాలు వేరు.

అవునమ్మా...! ఇక్కడ అమెరికాలో అర్థనగ్నమైన దుస్తుల్లోనే అమ్మాయిల్ని ఎక్కువగా చూసాను. వీళ్లనిలా చూసి చూసి మనసు విసిగిపోయింది. అచ్చంగా ఆడపిల్లంటే ఆడపిల్లగా మన సాంప్రదాయ పద్ధతిలో లక్షణంగా పెరిగిన అమ్మాయినే పెళ్లి చేసుకోవాలనుకున్నాను. నువ్వెంత మంది అమ్మాయిల ఫొటోలు చూపిస్తానన్నా చూడడానికి ఇష్టపడలేదందుకే. నా మనసులో కోరిక ముందుగా నీకు చెప్పేస్తే... అలాంటి డ్రెస్సుతో ఫొటోస్ కావాలని నువ్వు వాళ్లని అడిగే దానివేమో...? ఫొటోస్ కోసం ఫోజులిచ్చే ఆ ఫొటోలు చూస్తే... నామనసు నిజంగానే మోసపోయేది. నా పిచ్చి గానీ... పల్లెటూరి పిల్లయితే... నాకు ఊహకు తగ్గట్టుగా దొరుకుతారనిపించింది. అక్కడ కూడా వస్త్రధారణ మారిపోయింది. నీకర్థమయ్యేలా చెప్పాలంటే...

సూరవరం లాంటి పల్లెటూరులో కూడా.... పెళ్ళిచూపులకు 'చుడీదార్ ' లో వచ్చి కూర్చుంది.

కాకినాడ టౌన్ లో అమ్మాయి 'గ్గాగ్రా డ్రెస్' తో వచ్చి కూర్చుంది. హైద్రాబాద్ నగరాన చూసినమ్మాయైతే నాకు లాగే 'జీన్స్ టీషర్టు' తో వచ్చి కూర్చుంది.

అందరిలోనూ అన్ని విషయాలూ నచ్చినా... ఆ డ్రెస్ తీరు నాకు నచ్చలేదు. నీకు అర్థమయ్యేలా చెప్పాలంటే... నువ్వు టీనేజ్ లో ఎలా అయితే వస్త్రధారణ చేసుకున్నావో అలా ధరించే లక్షణమైన అమ్మాయి నాకు కావాలను కున్నాను. అలాంటి వారు నాకెక్కడా ఇండియాలో కనిపించలేదు. అందుకే... పెళ్లి ఇప్పట్లో చేసుకోనని తిరిగి అమెరికా వచ్చేసాను.

ఇదిగో ఈరోజే... నా ఊహల సుందరి ఒక పార్టీలో దర్శనం ఇచ్చింది. అచ్చం నాకు ఎలాంటి దుస్తులు ధరించే అమ్మాయి కావాలనుకున్నానో... అలా సాంప్రదాయకమైన పట్టులంగా, ఓణీ, జాకెట్టు వేసుకుని... పొడవాటి జడలో పూలను పెట్టి... కాళ్లకు చిరుశబ్దం చేస్తున్న పట్టిలతో... చేతుల నిండుగా గలగల మంటూ గాజులతో... విల్లంటి కనుబొమ్మల మధ్య తీర్చిదిద్దిన గుండ్రటి బొట్టు... కోటేరు ముక్కుకు తళుక్కుమనిపించే ముక్కుపుడకతో... అందంగా అలంకరించుకున్న ముద్దబంతిలాంటి పల్లె పడుచును మనదేశ అమ్మాయిల్లో చూడలేకపోయినా... ఒక

విదేశీ అమ్మాయిలో చూడ్డంతో... ఆమెందుకో నామనసు నాకట్టుకుంది. నా భావాలకు అద్దం పట్టినట్టు అనిపించింది.

మన ట్రెడిషన్ లో తయారవ్వడమన్నా... కట్టుబాట్లన్నా తన కెంతో ఇష్టమంట. ఓ ఇండియా అబ్బాయిని పెళ్లిచేసుకుని... మన సాంప్రదాయాల్లో జీవించాలని కూడా ఆ అమ్మాయి ఆశ పడుతుంది.

అందుకే ఆమె అమెరికన్ అయినా... నేను ఆ అమ్మాయినే పెళ్లి చేసుకోవాలని నిర్ణయించుకున్నాను. మీరు మనస్ఫూర్తిగా ఒప్పుకుని... మా పెళ్లికి అంగీకరిస్తారనే అనుకుంటున్నాను. నన్నర్థం చేసుకుంటారు కదూ...!

ఇట్లు,

కార్తీక్

మనసులోని భావాన్ని, ఇష్టాన్ని అక్షర రూపాన్నిచ్చి తృప్తిగా తల్లికి సెండ్ చేసాడు ఆ మెయిల్ ని. తాను తీసుకున్న నిర్ణయంలో ఎలాంటి పొరపాటూ లేదనే నమ్మకంతో కార్తీక్...!

–(ప్రతిలిపి అంతర్జాలపత్రికలో 26.09.2019 లో ప్రచురించబడింది)

'ముసురేసిన మనసులు'

ఆరోజు ఎంతకీ కోడికూయలేదు...! అసహనంగా మంచంపై దొర్లుతుంది మహాలక్ష్మి. ఎప్పుడెప్పుడు తెల్లారుతుందా అని రాత్రి నుంచి ఎదురుచూస్తూ సరిగా నిద్రపోలేదు సరికదా... పట్టిన ఆకొంచెం నిద్రా కలత నిద్రే. ఎదురుచూస్తున్న కోడి కూతతో... గబుక్కున లేచిపోయింది . వాకిలి ఊడ్చి... కళ్లాపు జల్లి అందంగా ముగ్గుపెట్టింది. భర్త రామారావు కూడా రోజూ కంటే ముందుగానే లేచి స్నానాది కార్యక్రమాలు కానిచ్చేశారు.

ఆరోజు ఉదయమే... అమెరికా నుంచి కొడుకు, కోడలు మనుమలు వస్తున్నారన్న ఆనందం అంతా ఇంతా కాదు. గుమ్మం ముందు ఆగిన కారులోంచి దిగిన కొడుకూ, కోడలు, మనుమల్ని చూసి... వారికళ్లు ఆనందంతో మెరిసి పోయాయి. లోలోన ఉబ్బి తబ్బిబ్బై వారిని సాదరంగా లోనికి తీసుకెళ్లారు దంపతులైన మహాలక్ష్మి, రామారావు.

అవును మరి... మూడేళ్ళ తర్వాత కొడుకు కుటుంబం వస్తే ఏ తల్లిదండ్రులు ఆనందించరూ...?

"చాన్నళ్లు అయిపోయిందిరా మిమ్మల్ని చూసి. నీకు కొంచెం ఒళ్ళు వచ్చింది గానీ... కోడలు ఇంకాస్త నాజూగ్గా అయిపోయింది. పెద్ద మనుమడు ప్రశాంత్ ' భలే పొడుగయ్యాడు. ఈ బుజ్జిగాడికి మేము గుర్తున్నామో లేదో... ఐదేళ్లు నిండిన చిన్న మనుమడి బుగ్గలు నిమిరి ముద్దులాడుతూ... మురిపెంగా చూసుకుంది మహాలక్ష్మి.

నానమ్మ, తాతయ్యలను కొత్తగా చూస్తుంటే... గ్రాండ్ మదర్, గ్రాండ్ ఫాదర్ అంటూ కొడుకులిద్దరితో నమస్కారం పెట్టించాడు తన తల్లిదండ్రులకు శ్రీనివాస్. మనుమల సంస్కారానికి తెగ ముచ్చటపడిపోయారిద్దరూ.

"బాగున్నారా అత్తయ్య..!" అంటూ కోడలు ఆప్యాయంగా పలకరించింది. ఆ పలకరింపు చాలు ఈ కాలంలో పెద్దలు ఆశించేది... తమకు ఏం చేసినా చేయకపోయినా. కోడలు కుశలప్రశ్నకి... ఎంతో పొంగిపోయింది మహాలక్ష్మి.

"అదిగో చూస్తే తెలియడం లేదూ...! మీరు వస్తున్నారని తెలిసినప్పటి నుంచీ ఎక్కడలేని ఓపికా వచ్చేసింది మీ అత్తగారికి. జంతికలు, చేగోడీలు, అరిసెలు, సున్నుండలు ఇలా ఒకటేమిటి ఏదో ఒకటి అలా చేస్తూనే క్షణం తీరిక లేకుండా ఉంది." భార్యని ఆటపట్టించే ధోరణిలో కోడలికి జవాబిచ్చారు మావగారైన రామారావు.

"మీరు మాత్రం తక్కువా...? 'మనోళ్లు వస్తున్నారు' అంటూ... ఇంటికెన్ని మరమ్మత్తులు చేయించారని...? తాపీ మేస్త్రి అంటూ నాలుగు రోజులు, ఎలక్ట్రిషియన్ అంటూ నాలుగు రోజులూ, అదే పనిగా తిరుగుతూ వాళ్ళతో ఏదో ఒకపని చేయిస్తూనే వున్నారు కదా. అదంతా మీకొడుకు కుటుంబం ఎక్కడా ఇబ్బంది పడకూడదనేగా" కింద మీదా పడిపోతూ పనులు కానిచ్చిన భర్త పడ్డ శ్రమనంతా ఏకరువు పెట్టేసింది భార్య మహాలక్ష్మి.

తమకోసం తల్లిదండ్రులు పడిన ఆరాటం తెలిసేసరికి... కళ్ళు చెమ్మగిల్లాయి శ్రీనివాస్ కి. అమెరికా వెళ్ళి వీరినెంతగా మిస్సయ్యాడో బాగా అర్థమైంది.

"ఒరేయ్...! మీరు ఆ ఏసీ గదిలోకి వెళ్ళి రెస్ట్ తీసుకోండి. అసలే ఎండలు మండిపోతున్నాయి. మీరొచ్చింది అసలే చల్లటి ప్రదేశం నుంచి. పిల్లలతో ఇక్కడెలా తట్టుకుంటారో ఎంతోనని మనూరి ప్రెసిడెంట్ గారబ్బాయిని టౌన్ తీసుకెళ్ళి 'ఏసీ'ని కొనుక్కొచ్చాను. అమ్మ భోజనాలవీ ఆ గదిలోకే తెచ్చి పెడుతుంది గానీ... మీరు మాత్రం బయటకు రాకండి. గాలుపు కొట్టేస్తాది. ఎన్నో జాగ్రత్తలు చెప్తూ... వారు తెచ్చుకున్న పెద్దపెద్ద పెట్టెలు ఆ గది లోపలే పెట్టించారు రామారావు.

"సరే...నాన్నా..! మీరు కూడా రెస్ట్ తీసుకోండి. జెట్లాగ్ వల్ల మాకూ

నిద్రవస్తుంది. కొంచెంసేపు పోయాకా మాట్లాడుకుందాం." అంటూ కొడుకు శ్రీనివాస్ అనేసరికి... తల్లి మహాలక్ష్మి అదేమిటిరా భోజనం చేసి పడుకోవచ్చు కదరా అంది.

"అబ్బే లేదమ్మా...! ఫ్లైట్ లోతిన్నదే ఇంకా అరగలేదు. ఈపూటకి వద్దు. రాత్రికి తింటాం. పిల్లలకి ఎలాగూ అక్కడనుంచి వాళ్ళు తినే ఫుడ్ ప్యాక్స్ తెచ్చాము. ఈ రోజుకి అవి తినేస్తారు". అని చెప్పేసరికి...

"సరే రా మీఇష్టం మరి. ఫ్రిడ్జ్ లో మినరల్ వాటర్, కూల్డ్రింక్స్, జ్యూస్ లవీ కొని తెచ్చిపెట్టారు నాన్న. దాహం వేస్తే అవి మాత్రమే తాగండి" అంటూ అక్కడ నుంచి కదిలింది మహాలక్ష్మి.

సాయంత్రం అయ్యేసరికి... ఊర్లోనే ఉన్న రామారావు చెల్లెలు కుటుంబమంతా వచ్చారు. అమెరికా నుంచి వచ్చిన మేనల్లుడు ఫ్యామిలీని చూసి పలకరించి పోదామన్నట్టు. దూరపు ఆత్మీయులు దగ్గరకు వస్తే... బంధువర్గమంతా ఒకేచోట గుమిగూడడంలో ఉన్న మజాయే వేరు. ఆఇల్లంతా కబుర్లతో సందడిగా మారింది. అమెరికా నుంచి తెచ్చిన చాక్లెట్ పాకెట్లను తీసి మేనత్త మనుమల చేతిలో పెట్టాడు శ్రీనివాస్. అవి అందుకున్న ఆ పిల్లల ముఖాల్లోని ఆనందం అంతాఇంతా కాదు. తెలుగు రాని పిల్లలు, ఇంగ్లీష్ రాని పిల్లలు కలిసి ఒకచోట చేరారు. మాటలు అర్థం కాకపోయినా... అర్థమైన రీతిలో వాళ్ళ ఆటలు వాళ్ళు ఆడుకుంటుంటే... పెద్దవాళ్ళంతా నవ్వుకున్నారు.

"ఎంత అమెరికాలో ఉంటే మాత్రం మన మాతృభాషంటూ వాళ్ళకీ రావాలి కదరా...? ఇలా వచ్చినప్పుడైనా మాలాంటివాళ్లతో మాట్లాడటానికి నాలుగు తెలుగు మాటలైనా నేర్పించొచ్చు కదా..." మేనత్త మేనల్లుడిని చిలిపిగా చివాట్లేసింది.

ఆవిడ మాటలకు... శ్రీనివాస్ నవ్వేసినా... అతని భార్య సుశీల సంజాయిషీ ఇచ్చుకుంది...! "పిల్లలు మాట్లాడలేక పోయినా... తెలుగులో ఏం చెప్పినా అర్థం చేసుకుంటారు పిన్ని. మేము ఉద్యోగాలకు వెళ్లిపోతూ ఉండటం వల్ల చిన్నప్పుడే చిల్డ్రన్ కేర్స్ లో జాయిన్ చేయడం వల్ల,ఆ తర్వాత స్కూల్స్ లో బిజీ అయిపోడం వల్ల తెలుగు మాట్లాడడం పూర్తిగా మానేశారు..." అంటూ పిల్లని దగ్గరకు పిలిచి... అందర్నీ

పరిచయం చేసింది. వాళ్ళందరూ తెలుగులో మాట్లాడ్డంతో... వచ్చీరాని భాషతో చెప్తున్న.... ఆ పిల్లల ముద్దుమాటలకు మురిసిపోయారంతా. ఆరోజు రాత్రి అందరికి కాసరి కాసరి వడ్డిస్తూ కమ్మటి భోజనం రుచి చూపించింది మహాలక్ష్మి.

కొడుకు కుటుంబం వచ్చి వారం రోజులైనా క్షణాలే గడిచినట్టుగా ఉంది. వంటగదిలో వంట చేస్తున్న అత్తగారి దగ్గరకు సుశీల వచ్చి... "మా అమ్మ గారి ఊరెళ్ళి అటునుంచి అటే అమెరికా వెళ్ళిపోతామని చెప్పడంతో... కొంచెం తడబడింది మహాలక్ష్మి. అప్పుడేనా...? అని అనబోతూ మనసుని తమాయించుకుంది . అంతదూరం నుంచి వచ్చిన కోడలు తన పుట్టింటికి వెళ్తానంటే ఎలా కాదనగలదు...? అక్కడైనా ఒక వారం రోజులే కదా గడిపేది. అందుకే... మనసునుగ్గపెట్టుకుని "సరే అమ్మా...!" అంటూ ఊ కొట్టింది. కోడలు అత్తగారి ముఖంలోని నిరుత్సాహాన్ని గమనించి... "మీ అబ్బాయి మమ్మల్ని అక్కడ దింపేసి రెండు రోజులుండి మళ్ళీ మీదగ్గరకొచ్చి గడుపుతారు లెండి. ఈసారి మీరు అమెరికా రావడానికి ప్లాన్ చేసుకోండి. ఇలా ఇక్కడెంత కాలం చెప్పండి...?" అంటూ సున్నితంగా ఆహ్వానించింది. కోడలు మాటలకు అత్తగారేమీ సమాధానం చెప్పలేక పోయింది. చిన్న చిరునవ్వు నవ్వేసి... కోడలికి కాఫీ కప్పుని అందించింది.

కొడుకు భార్యా పిల్లలతో అత్తగారి ఊరు ప్రయాణమై వెళ్ళిపోయాక... ఇల్లంతా చిన్నబోయినట్టు అయింది.

"బై నానమ్మా... తాతయ్య...!" అని చెప్పి వెళ్ళిపోతున్న మనుమల్ని మనసారా గుండెలకు హత్తుకున్నప్పుడు... ఏదో తెలియని తన్మయత్వం మనసంతా. ఆ అనుభూతి దూరమై పోతుంటే... మనసెంతగా కదిలిపోయిందో...? తాము కొన్న కొత్తకారుకి డ్రైవర్ని కుదిర్చిపెట్టి... "జాగ్రత్తగా తీసుకెళ్ళి మళ్ళీ అబ్బాయి గారు వచ్చేవరకూ సిటీలో వారితోనే ఉండు" అంటూ ఎన్నో జాగ్రత్తలు చెప్పి పంపించాడు. రామారావు.

ఆ వారం రోజులూ మనుమల్ని ఊర్లోకి తీసుకెళ్ళి తానిష్టపడే ఆ పచ్చదనాన్ని, గుళ్ళు, కాసేరులు చూపించినా... పెద్దగా ఆసక్తి, సంతోషం చూపించని మనుమలని

గమనించి... వాళ్ళకి సిటీలోని అమ్మమ్మ గారింటి దగ్గరైనా కొంచెం బాగా కాలక్షేపమైతే బాగుండును అనుకున్నారు రామారావు.

రెండురోజుల తర్వాత అత్తగారింటి దగ్గరనుంచి వచ్చిన కొడుకుని చూడగానే... మళ్ళీ ఎక్కడలేని ఉత్సాహం వచ్చింది...!

ఇంట్లో ఉండగా తల్లితోనూ... బయటకు వెళ్తే తండ్రితోనూ గడిపిన కొడుకుని చూస్తే... మళ్ళీ వాడి చిన్నప్పటి రోజులు గుర్తుకొచ్చాయి వారికి. వీడు ఇక్కడ పుట్టి పెరిగాడు కాబట్టి ఆ అలవాటుతో సర్దుకుపోతున్నాడు. మనుమలు పుట్టింది విదేశంలో కాబట్టి ఇక్కడ వాతావరణం వాళ్ళకి నచ్చలేదు. ఎక్కడ అలవాటు పడితే అక్కడికే మనసు పోతుందన్న మాట నిజమే...!

ఆ విషయాన్నే కొడుక్కి చెప్పి సంబరపడుతున్న... తల్లినీ తండ్రినీ చూస్తూ... తప్పు చేసిన వాడిలా తల దించుకున్నాడు. "జరిగినదేదో జరిగిపోయింది. నేను ఇక్కడ మీతో ఉండిపోదామని వున్నా... ఇంకా చక్కబెట్టాల్సిన బాధ్యతలు మిగిలిపోయాయి. మీరే నాకొరిక మన్నించి అమెరికాకి వచ్చేయకూడదూ...? మన మధ్య ఎందుకీ దూరం...?" వాళ్ళను విడిచి ఉండలేక తాను నిర్ణయించుకున్న మాటను మళ్ళీ రెండోసారి తీసుకొస్తూ అడిగాడు. కొడుకు ఈమాట మళ్ళీ అడుగుతాడని ముందే తెలుసు. ఈసారి మాత్రం తమ మనసులోని మాట చెప్పేయడానికే సిద్ధమయ్యారు.

"అది కాదురా...! మమ్మల్నీ అర్థం చేసుకో. మీ పెద్దోడు పుట్టినప్పుడు అక్కడికి వచ్చున్న ఆ ఆరునెలలూ మీరు మమ్మల్ని ఎంతబాగా చూసుకున్నా... అక్కడ వాతావరణం మా ఆరోగ్యానికి సరిపడలేదు. ఇక్కడ ఈపచ్చదనంలో అలవాటు పడిపోయి... అక్కడ ఆ మంచుముక్కల్లో ఒళ్ళు ముద్దయిపోయేది. కరెంటుతో వాడే ఆహీటర్లూ, ఏసీల గదుల్లో కృతిమమైన ఆ వాతావరణంలో ఎంత సేపని ఉండగలం చెప్పు..? ఇక్కడైతే ఈ ప్రకృతిని ఆస్వాదిస్తూ కాలం గడిపేస్తే చలనిపిస్తుంది. ఇప్పుడు మేము దేనికీ ఇబ్బంది పడకుండా ఇలా ఉండగలుగుతున్నామంటే... అదంతా మీరిద్దరూ అమెరికాలో బాగా సంపాదించబట్టే కదా. ఉన్న ఇంటికి మరో రెండుగదులు పొడిగించి ఎటాచ్డ్ బాత్రూంలు కట్టించి ఆధునాతనంగా తీర్చిదిద్దినా... ఇంటినిండా మంచి ఫర్నిచర్ కొనుక్కున్నా, సిటీ పోవాలంటే ఏ ఎర్ర బస్సూ

ఎక్కనీయకుండా కార్ కొనుక్కోమని నువ్వు డబ్బు పంపబట్టే... దాన్ని కూడా ఇంటిముందు హౌదాగా పెట్టుకున్నాం. అమ్మ కేన్సర్ నుంచి బయటపడి మళ్లీ మునుపటిలా ఇలా తిరగగలుగుతుందంటే సమయానికి నువ్వు అక్కడ నుంచి లక్షల్లో డబ్బు పంపించచబట్టే అంత ఖరీదైన వైద్యం చేయించగలిగాను. నువ్వు అమెరికా వెళ్లి దాలర్లు సంపాదించబట్టే... అప్పులు పోయి ఇలా మంచి స్థాయిలో నిలదొక్కుకున్నాము. నీవిక్కడే మాతోపాటే ఉండిపోయి ఉంటే మనమింత పైకి వచ్చేవాళ్ళమే కాదు. ప్రతినెలా నువ్వు పంపే డబ్బుతో మాకు ఏలోటూ రాకుండా పోయిగా రోజులు గడిచిపోతున్నాయి. అవసరం అనుకున్నప్పుడల్లా సిటీకి పోయి డాక్టర్ చెకప్ చేయించుకుంటూనే ఉన్నం. మిమ్మల్ని పలకరించాలన్నా, చూడాలన్నా... ఇప్పుడు కొత్తగా స్మార్ట్ ఫోన్ కూడా ఇచ్చి దాన్ని ఎలా వాడాలో చూపించావు. బుల్లి ప్రపంచమేదో మా చేతిలోకి వచ్చినట్టైంది. మీరే మీకు వీలైనప్పుడు మేమిద్దరం కలిసున్నంత కాలం చూడ్డానికి వస్తూ ఉండండి. ఆ తర్వాత ఎవరో ఒకరు మిగిలిపోక తప్పదు. అప్పుడు ఎక్కడుండాలన్నది ఆరోజు వచ్చాకా ఆలోచించొచ్చు. మీరు దూరంగా ఉన్నారన్న మాటే గానీ... మా మనసుల్లో ఎప్పుడూ దగ్గరగానే వుంటారు". కొడుకుని నొప్పించకుండా ఉండాలనే ప్రయత్నం చేస్తూ అనునయంగా చెప్పారు రామారావు.

'నిజమే..! తండ్రి చెప్పినదాంట్లో తప్పులేదు. కానీ నాకే ఏదో గిల్టీ ఫీలింగ్. ఉన్న ఊరుని వదిలేసి చదువు పేరుతో విదేశానికి ఎగిరిపోయాను. నాతోపాటు చదువుకున్న అమ్మాయిని పెళ్లి చేసుకుని అక్కడే ఇద్దరు పిల్లలకు జన్మనిచ్చి సిటిజన్స్ ని చేసాను. నా భార్యకి కూడా అక్కడ నుంచి రావాలని లేదు. ఇప్పుడు వాళ్ళక్కడ

బాగా అలవాటు పడిపోయారు. ఇండియా కి వెళదాం అంటే... మేము రామంటూ

పిల్లలు మొండికేస్తే బుజ్జగించి తీసుకొచ్చాను. మళ్లీ ఈసారి రమ్మంటే... వస్తారో లేదో కూడా అనుమానమే. చిన్నవాళ్ళై ఉండి ఇండియా లో ఇరవైరోజులు కూడా ఉండలేని వాళ్ళు ఈ పెద్ద వయసులో వీరిని ఆ చల్ల ప్రదేశానికి వచ్చేయమని నాలుగు గోడల మధ్య ఉంచేస్తూ అప్పుడప్పుడు బయట ప్రపంచం చూపిస్తూ ఇబ్బంది

పెట్టడం తప్పే. కానీ... ఇప్పుడున్న ఈ పరిస్థితిలో వీరు అక్కడకు రారు...

మేమిక్కడకు రాలేము. అందరూ కలిసి ఉండాలని మా మనసుల్లో వున్నా.. పరిస్థితులు అలా ఎదురయ్యాయి. నన్ను అమ్మా నాన్నా అర్థం చేసుకున్నా... బంధువులు అర్థం చేసుకోవడం లేదు. 'ఈ వయసులో మీ అమ్మానాన్నని అలా వదిలేస్తే ఎలా...? వారినైనా తీసుకెళ్లిపోండి. లేదా మీరైనా ఇక్కడకు వచ్చేయండి' అని ఎవరికి తోచిన విధంగా వాళ్ళు చెప్పుకొస్తున్నారు... నేను వీరికేదో అన్యాయం చేస్తున్నట్టు . కందకు లేని దురద కత్తిపీటకెందుకో...?" మనసు చాలా గందరగోళంగా తయారైంది శ్రీనివాస్ కి.

మర్నాడు ... "వెళ్ళొస్తాను" అంటూ... తల్లిదండ్రుల నుంచి సెలవు తీసుకుని అత్తగారింటికి ప్రయాణమయ్యాడు శ్రీనివాస్. అక్కడ నుంచి భార్యాపిల్లలతో అమెరికా వెళ్ళిపోవడానికి...!

కొడుకుని ఊరి పొలిమేరవరకూ సాగనంపుతూ... "బంధువుల మాటలు నువ్వేమీ పట్టించుకోకురా...! మనకు మనం అర్థమైనప్పుడు... అవన్నీ మరచిపోవాలి. కొడుకు అంతర్మధనం గ్రహించిన తండ్రి... కొడుకు భుజంపై తట్టి చెప్పి మరీ వెనుతిరిగారు. దూరమౌతున్న ఆత్మీయతకు గుండె బరువెక్కింది. మనసుని మభ్యపెట్టడం చెప్పినంత తేలికైన విషయమేమీ కాదు. అందుకే... రామారావు మహాలక్ష్మిల మనసులు మళ్ళీ ముసురుపట్టాయి. కార్లో అటుగా వెళ్తున్న కొడుకు పరిస్థితీ అంతే. తల్లితండ్రులను విడిచి వెళ్ళలేక వెళ్తూ... తన మనసు కూడా ముసురేయడం మొదలు పెట్టింది శ్రీనివాస్ కి....!!

–(మామ్స్ ప్రెస్సో అంతర్జాలపత్రికలో బహుమతి పొంది 09.04.2020న ప్రచురించబడింది)

కాటికి చేరని కలం

**జాతస్య హి ధ్రువో మృత్యుర్ధువం జన్మ మృతస్య చ
తస్మాదపరిహార్యేఽర్థేనత్వం శోచితుమర్హసి**

భగవద్గీతలోని కర్మయోగమును శ్రీకృష్ణుడు అర్జునుడికి వినిపిస్తున్న శ్లోకాలు శ్రావ్యంగా వినిపిస్తున్నాయి... ఆఇంటి ఆవరణంతా.

పుట్టినవానికి మరణం తప్పదు. మరణించిన పిమ్మట మరల అతడు జన్మించుట తథ్యము. అందుచే పరిహరించుటకు వీలులేని విషయమునందు నీవు దుఃఖింపరాదు.

మనిషి జన్మించింతే కదానిపించే... అద్భుతమైన ఉపదేశం.

అది వింటున్న ప్రతివారికీ గుండెలు బరువెక్కక మానవు.

డాక్టర్ రఘుశ్రీ పార్థివదేహం ఫ్రీజర్లో పరుండి... విశ్రాంతి తీసుకుంటుంది. అతని ఇంటినిండా... జనంతో కిక్కిరిసి వున్నారు.

వారంతా స్నేహితులూ, బంధువులతో పాటూ; ప్రముఖ సాహితీవేత్తలూ, రాజకీయవేత్తలు, చలనచిత్ర నటులు, దర్శకులు, ఇంకా అభిమానులు...! ఒక్కొక్కరుగా కడసారి చూపుకు నోచుకుంటూ... పుష్ప గుచ్ఛాలను సమర్పించి కంటతడి పెట్టుకుంటున్నారు.

ఆ ప్రముఖులంతా అక్కడ గుమిగూడటానికి కారణం..డాక్టర్ రఘుశ్రీ ఆకస్మిక మరణమే...!

ఆ మహానుభావుడు గుండెపోటుతో మరణించాడని తెలిసి... తెలుగు రాష్ట్రాలు రెండూ దిగ్భ్రాంతికి లోనయ్యాయి.

రఘుశ్రీ సాధారణ వ్యక్తి కాదు. సంఘంలో ఎంతో పేరు ప్రఖ్యాతులున్న మహా మనిషి, సాహిత్యంలో డాక్టరేట్ పొందిన ప్రముఖ కవి, రచయిత. ఆయన రచనలు కోకొల్లలు. ఎన్నో పురస్కారాలు, బిరుదులు, అవార్డులు, బహుమతులు పొందినవాడు. అలాంటి మహానుభావుడి కలం ఆగిపోయింది.

రఘుశ్రీ కుటుంబాన్ని అక్కడకు వచ్చినవారంతా పరామర్శించి మరీ వెళ్తున్నారు.

అతని భార్య పూర్తిగా శోకం నుంచి తేరుకోలేకుండా ఉంది. పెద్ద కుమారుడు శ్రీచరణ్, రెండవవాడు శ్రీకాంత్ తండ్రి పోయాడన్న బాధను గుండెల్లోనే అదిమి... అందరూ అందించే ధైర్యాన్ని మౌనంగా స్వీకరిస్తున్నారు.

రఘుశ్రీ అంతిమ సంస్కారానికి ఘనంగా ఏర్పాట్లు జరిగాయి.

ఆ రాష్ట్ర ముఖ్యమంత్రితో సహ... ఎందరో ప్రముఖులు, అభిమానుల బలగంతో... రఘుశ్రీ పార్థివ దేహాన్ని... పూలరథంపై ఎక్కించి ఊరేగింపుగా తీసుకుపోతున్నారు... శోక వదనాలతో... మహాప్రస్థానం శ్మశానవాటిక వైపు. సాహితీలోకం కదిలివెళ్లినట్టుగా ఉంది ఆజన సందోహం.

★★★

పదకొండవ రోజు...!

రఘుశ్రీ ఆత్మ శాంతించడానికి చేసే కర్మకాండ కార్యక్రమం శాస్త్రోక్తంగా సజావుగా సాగింది.

చనిపోయిన రోజు నుంచీ ఏకధాటిగా సాగిన పరామర్శలు... ఆ రోజుతో తగ్గుముఖం పట్టాయి. రోజు గడుస్తుంటే... జనం కూడా పల్చబడుతున్నారు. చీకటిపడుతుంటే... అంతవరకూ హడావిడిగా ఉన్న ఆఇంట్లో... తల్లి, కొడుకులు మాత్రమే మిగిలారు. ఇల్లంతా నిశ్శబ్దం. రఘుశ్రీ లేని లోటుతో ఇల్లంతా శూన్యంగా ఉంది. ఆ వాతావరణమంతా బావురుమంటూ ఉంది. అతని జ్ఞాపకాలు మనసుల్ని పిండేస్తున్నాయి. పెంపుడు కుక్క జానీ ఓ మూలకెళ్లి దిగాలుగా పడుకుంది. మంచి

నీళ్లయినా ముట్టలేదు. పదే పదే యజమాని గదివైపు వెళ్లి చూసొచ్చి... వడుకోవడం చూస్తుంటే... అదెంత బెంగ పెట్టుకుందోనని... దగ్గరకు చేరదీసుకుని... బుజ్జగిస్తున్నాడు శ్రీకాంత్.

గదిలో లైట్ అయినా వేసుకోకుండా పడుకున్న తల్లి గదిలోకి వెళ్లి లైట్ వేసాడు శ్రీచరణ్.

"అమ్మా... లెగమ్మా...! కొంచెం పెరుగన్నమైనా తిని పడుకో . ఈ పదిరోజుల బట్టి నువ్వసలు సరిగా తినలేదు. ఇలాగైతే... మరీ నీరసించిపోతావు. ఇలాంటి సమయంలో బీపీ మందులు సరిగా వేసుకోకపోతే... చాలా ప్రమాదం కూడా!" అంటూనే... చేయి పట్టుకుని లేపాడు. కొంచెం పెరుగన్నం తిన్నాకా... మందులు అందించాడు. ఇంకా దుఃఖం తీరని తల్లిని ఓదార్చి ధైర్యంగా ఉండమని తల్లి నిద్రపోయేవరకూ ఉండి... హాలులోకి వచ్చాడు.

తండ్రి రఘుశ్రీ ఫోటో దగ్గర ఇంకా దీపం వెలుగుతూనే ఉంది. ఇంట్లో తిరుగాడే మనిషి ఉన్నట్టుండి... ఫోటో ఫ్రేములో బంధీ అయి కనిపిస్తుంటే....కొన్నళ్లవరకూ విధియాడే ఆ ఆట విచిత్రంగానే ఉంటుంది.

అడుగులో అడుగేసుకుంటూ... తండ్రి రోజుల్లో ఎక్కువసేపు గడిపే... గదిలోకి వెళ్లాడు శ్రీచరణ్. ఎంతో ప్రశాంతంగా ఉంది ఆ గ్రంథాలయం. ఆ గదిలో ఎటు చూసినా... సరస్వతీ దేవి కొలువైనట్టుంది. తండ్రితో పని ఉంటే... హడావిడిగా వచ్చి మాట్లాడి వెళ్లిపోవడమే గానీ... ఏనాడూ ఆగదిని పెద్దగా పరికించి చూడలేదు. గదిలోని అద్దాల బీరువాల్లోంచి చక్కగా అమర్చబడిన పుస్తకాలు కనిపిస్తున్నాయి. ఒక్కొక్కటిగా పరిశీలించి చూస్తుంటే... ఆయన రాసిన రచనలతో పాటూ... ప్రముఖుల కలాల నుండి జాలువారిన ఉత్తమ రచనలు, మత గ్రంథాలు ఇంకా ఎన్నిటినో పదిలంగా భద్రపరుచుకున్న... ఆ పుస్తక సంపదను తండ్రి వదిలేసి వెళ్లిపోయాడని... మనసదోలా అయిపోయింది శ్రీచరణ్ కి. వాటితోపాటూ... తండ్రి కొచ్చిన అవార్డులు, బహుమతులూ తళతళా మెరిసిపోతున్నాయి. ఒక గోడమీద ఎందరో చేతులమీదుగా సన్మాన సత్కారాలు అందుకుంటున్నప్పుడు తీయించుకున్న ఫొటోలు ఎంతో తీవిగా దర్పంగా కనిపిస్తున్నాయి. మరో వైపు... సినిమాలకు ఆయన రాసిన పాటల తాలూకూ సీడీలు క్రమపద్ధతిలో అమర్చి ఆయన కీర్తిని మరింతగా

అద్దం పడుతున్నాయి.

అన్నిటినీ శ్రద్ధగా పరిశీలించి చూసిన శ్రీచరణ్ కి తండ్రి గ్రంథాలయం ఓ దేవాలయంలా అనిపించింది. ఆ పుస్తక సంపదను జాగ్రత్తగా కాపాడాలనే బాధ్యత తీసుకోవాలను కున్నాడు.

ఆ గదిలో తండ్రి ఎప్పుడూ ఏదో ఒకటి కూర్చుని రాసుకుంటూనే కనిపించేవారు. ఆయన కుర్చీ... రాసుకునే బల్ల చిన్నబోయినట్టుగా ఉన్నాయి. వెంటనే హాల్లోకి వెళ్ళి... పెద్దగా చేయించి పెట్టిన తండ్రి ఫోటో ఫ్రేమ్ ని తీసుకొచ్చి బల్లపై పెట్టాడు. అక్కడంతా తన తండ్రి ఎన్నో రచనలు చేసిన సాహిత్య సామ్రాజ్యమది . క్లోజప్ లో ఉన్న ఆయన ఫొటో ఆ గదిలోకి రావడంతో... కొంతైనా నిండుదనం వచ్చింది. తండ్రి ఫొటోని తృప్తిగా చూసుకున్నాడు శ్రీచరణ్.

తన చిన్నతనంలో... తండ్రి ఎన్నో పిల్లల కథలు చెప్పడం... చిన్న వాక్యం ఇచ్చి దాని ఆధారంగా కథని ఎలా మలచాలో నేర్పించడం... ఏదైనా ప్రకృతిలో అందాలకు తన్మయించినప్పుడు వాటిని ఏ విధంగా వర్ణిస్తే బాగుంటుందో కవిత్వాన్ని అల్లుతూ చెప్పడం... ఇప్పటికీ గుర్తే. తమని కూడా తానంత ఎత్తుకు తీసుకుపోవాలని ఉబలాటపడే తండ్రి ఆశయం నెరవేరనేలేదు.

తండ్రి సరస్వతీ పుత్రుడే అయినా... పిల్లలకు సాహిత్యంపై పెద్ద మక్కువ లేకపోయింది. రాను రాను... చదువుల్లో పూర్తిగా మునిగిపోవడంతో... తండ్రి రచనల్ని కూడా పెద్దగా పట్టించుకోలేదు. సాహిత్యంపై అభిలాష స్వతహాగా మనసుకు కలగాలి ఒకరు చెప్తే వచ్చేది కాదు. భార్య పెద్దగా చదువుకోకపోవడంతో... ఆమెకు కూడా... రఘుశ్రీ రచనల పట్ల పెద్దగా అవగాహన లేకుండా పోయింది.

శ్రీచరణ్ కి పాతరోజులన్నీ కళ్ళముందల్లా కదలాడేసరికి.... చెమ్మబారాయి కళ్ళు.

బల్లపై ఉన్న తండ్రి వస్తువులు చక్కగా సర్దివున్నాయి. అక్కడ తండ్రి వదిలెళ్ళిపోయిన ప్రతి వస్తువూ ఎంతో అపురూపంగా కనిపిస్తున్నాయి. చేతి గడియారాన్ని, కళ్ళజోడుని ఆప్యాయంగా తడిమి... తండ్రి ఫొటో ముందు పెట్టాడు.

ఇకపై తండ్రి రాసిన ప్రతి రచననూ శ్రద్ధ పెట్టి చదవాలనే నిశ్చయానికి

వచ్చాడు. అలా అనుకున్నాడో లేదో... ఉన్నట్టుండి బల్లపై ఒక పక్కగా ఉన్న ప్యాడ్ కి తగిలించి కొన్ని తెల్లకాగితాలున్న మొదటి కాగితంపై... కథపేరు రాసి... దానికింద కొంచెం కథ ప్రారంభించి ఉంది. పెన్ క్యాప్ కూడా ఓపెన్ చేసి ఉండటం గమనించాడు శ్రీచరణ్. బహుశా ఏదో కథను రాసే ప్రయత్నంలో ఉండగా... ఇలాంటి విషమపరిస్థితి వచ్చిందనుకున్నాడు.

ఆ ప్యాడ్ ను చేతిలోకి తీసుకుని... ఆ అక్షరాలు చదివాకా... ఉలిక్కిపడ్డాడు శ్రీచరణ్.

'కాటికి చేరని కలం'

అది చదివిన కొద్దిసేపు... అచేతనుడై ఉండిపోయాడు. తండ్రి శవానికి చితిపెట్టినప్పుడు.... తన కళ్ళకు కనిపించిన దృశ్యం మళ్ళీ కళ్ళముందు లీలగా మెదిలింది....!

ఎంతోమంది అభిమానులు ఊరేగింపుతో... శ్మశానానికి చేరిన తండ్రి భౌతిక కాయానికి... దహన సంస్కరణ జరపడానికి అన్నీ సిద్ధంగా ఉంచారు. దాదాపు అందరూ చివరిచూపు చూశాకా... చితికోసం పేర్చిన కట్టెలపై పరుండబెట్టిన తండ్రిని చూసి.... నిప్పు పెట్టడానికి మనస్కరించక... కొడుకుగా వచ్చే దుఃఖాన్ని ఆపులేక పోతున్నాడు శ్రీచరణ్.

ఆప్తుల ఓదార్పులతో... 'చేయాల్సిన కార్యక్రమం తప్పదని నచ్చచెప్పి... పెద్ద కొడుగ్గా దహనకాండ నువ్వు జరిపితేనే తండ్రి ఆత్మకు శాంతి లభిస్తుంది' అన్నారు.

ఉబికివచ్చే దుఃఖాన్ని ఆపుకుంటూ... భుజాన నీళ్ల కుండతో తండ్రి చుట్టూ ప్రదక్షిణ చేస్తున్నప్పుడు... శ్రీచరణ్ తండ్రి శవాన్నే తీక్షణంగా చూస్తున్నాడు. ఆ నీళ్ల కుండ వదిలేసి... చితి ముట్టించేస్తే... తనకూ తండ్రి శవానికీ ఉన్న ఆ కాస్త దూరం కూడా ఎడబాటు అయిపోతుందని... ఒక్కో అడుగూ భారంగా వేస్తున్నాడు. చివరిచూపు దగ్గర పడుతుంటే... అనుకోని దృశ్యం కళ్లబడింది.

ఒకసారి కాదు... రెండుసార్లు కాదు... మూడో సారి చేస్తున్న ప్రదక్షిణ లోనూ... అదే దృశ్యం కనిపించేసరికి... మనసంతా ఏదో అల్లకల్లోలమైన భావన.

అదే ఆలోచనతో... తండ్రికి చితి ముట్టించి... వెనుతిరగకుండా ముందుకు సాగాడు.

నిజమే...! తన తండ్రి కుడిచెయ్యి పైకి లేచి పక్కకు వాలిపోయింది. అది కూడా మూడు వేళ్ళతో కలం పట్టుకున్న తీరుకనిపించడం... శ్రీచరణ్ ని ఆశ్చర్యపోయేలా చేసింది. అక్కడెవరూ ఆ విషయాన్ని గమనించక పోవడంతో ఆ చూసిన దృశ్యం... నిజమో... భ్రమో తెలియని సందిగ్ధత మనసులో కొట్టాడుతూనే ఉంది. అందుకే ఆ విషయాన్ని పైకి మాత్రం చెప్పలేదు. బహుశా కట్టెలు కదిలిగానీ... ఆవిధంగా జరిగినా... చేతివేళ్ళు కూడా ఏదో రాయడానికన్నట్టుగా మూడు వేళ్ళతో కలాన్ని పట్టుకున్నట్టుగా కనిపించడమేంటి...?

తన కళ్ళకు లీలగా కనిపించిన ఆ దృశ్యాన్ని వారం రోజుల వరకూ మరిచిపోలేకపోయాడు.

ఆ తర్వాత....

మళ్ళీ... 'కాటికి చేరని కలం' అనే ఆ టైటిల్ చదివాకా... ఆనాటి దృశ్యం తననెంతగానో కలవరపెట్టింది.

నిజమేనేమో...! నాన్నగారి కలం కాటికి చేరలేదు. ఆ చెయ్యి అలా పక్కకు వాల్చేశారంటే... ఇంకా ఎన్నో రచనలు చేయాలనే కోరిక తండ్రికి ఉండిపోయి ఉంటుందని అర్థం చేసుకున్నాడు.

బల్లపై ఉన్న ప్యాడ్ నందుకుని... పదే పదే చదివాడు. 'కాటికి చేరని కలం...'

ఆ వాక్యానికి... ప్రాణం పోస్తే....?

ఆగిపోయిన ఆ కలాన్ని పరుగులు పెట్టిస్తే...?

ఆ ఆలోచన రాగానే... శ్రీచరణ్ పెదవులపై చిన్న చిరునవ్వుతో పాటూ... మదిలో ఓ స్థిరమైన నిర్ణయం చోటుచేసుకున్నాయి.

సమాజంలో పేరుపొందిన తన తండ్రి రచనలు అంతటితో ఆగిపోకూడదు.

బుర్రలో ఓ మెరుపు మెరిసినట్లయ్యుంది శ్రీచరణ్ కి.

ఆ కలాన్ని చేతిలోకి తీసుకుని అనిర్వచనీయమైన అనుభూతికి లోనయ్యాడు. తండ్రికి నమస్కరించి ఆశీర్వాదాలు తీసుకున్నాడు.

తండ్రి ప్రారంభించి ఆపేసిన కథను పూర్తిచేయాలనే సంకల్పంతో ఆలోచనలో పడ్డాడు. సమయం చిక్కినప్పుడల్లా... తండ్రి రాసిన రచనల్ని... చదువుతూ సాహిత్యం పట్ల ఇష్టాన్ని పెంచుకున్నాడు. రఘుశ్రీ శైలిలో ఒక ప్రత్యేకత ఉండేది. ఇతివృత్తం తీసుకుంటే పాఠకుని ఊహకు అందని కొసమెరుపులు మెరిసేవి. ఎంతో ఉత్కంఠగా సాగే అతని రచనల్లో మెలుకువలను తెలుసుకున్నాడు. సమాజాన్ని ప్రశ్నించినట్టుండే విప్లవాత్మకమైన ఆవేశాన్ని తానెప్పుడూ తండ్రిలో చూడకపోయినా... అతని కవిత్వంలో చూసాడు. తనయుడిగా తండ్రి లక్షణాలన్నిటినీ తనకు తానుగా అభ్యాసనం చేసి పణికి పుచ్చుకున్నాడు. మనసుంటే మార్గాన్ని చేయొచ్చు. తండ్రి బాటలోకి అడుగులేయడం ఇప్పుడిప్పుడే మొదలుపెట్టాడు.

తండ్రి రఘుశ్రీ... 'కాటికి చేరని కలం' అని రాసుంచిన కాగితాన్ని ప్యాడ్ తో సహా అందుకుని... తండ్రి కలానికున్న మూత తీసాడు... కథ రాయడానికి ఉద్రిక్తుడౌతూ..

కలాన్ని ఝుళిపించి... రాసుకుపోతున్నాడు. తనే రాస్తున్నాడో... తన తండ్రే రాయిస్తున్నాడో దేవుడికెఱుక...!

రచనలు రక్తికడుతూనే ఉన్నాయి... అభిమానుల ఆదరణ కొనసాగుతూనే ఉంది.

ఈ కలం ఇలా కొనసాగుతూ... ఎప్పటికీ కాటికి చేరకూడదు. కుటుంబంలో ఎవరో ఒకరు అందుకుని రాస్తూనే ఉండాలని ఆశపడుతున్నాడు శ్రీచరణ్.

తాననుకున్నట్టుగా సంఘంలో తండ్రి పేరును నిలబెట్టాడు. తిరుగు లేని ఎన్నో గొప్ప రచనలు చేస్తూనే వున్నాడు... కలం పేరుతో.

శ్రీచరణ్ రాస్తున్న ఆ కలం పేరే... 'కీ.శే. రఘుశ్రీ'...!

–(ప్రతిలిపి అంతర్జాల పత్రికలో 28.11.2020 లో ప్రచురించబడింది)

ఆ ఇంట్లో...

ఆరోజు రాత్రి....!

ఇల్లంతా అలజడిగా అనిపించింది. ఏవో తెలియని శబ్దాలు. ఎక్కడో పిల్లలు ఏడుస్తున్న అరుపులతో పాటూ కుక్కలు కూడా అరుస్తున్నాయి. పిల్లలిద్దరూ వారిగదిలో పడుకున్నారు. ఇంకో రూంలో మావయ్య గారు గుర్రు పెడుతున్నారు. అప్పటికే నాభర్త కూడా మా బెడ్రూంలో పడుకుని ఉన్నట్టున్నారు. నాకు పనవ్వక... పడుకోవడం బాగా ఆలస్యమైపోయింది. వంటగది సర్దుతుంటే... ఎప్పుడూ వినిపించని శబ్దాలు వినిపిస్తున్నాయి. సినిమాల్లో చూస్తున్నట్టుగా గజ్జల శబ్దం... కిటికీ తలుపులు మూస్తుంటే... బయట ఏదో తెల్లటి ఆకారం తిరుగుతున్నట్టు. ఒక్కసారిగా తుళ్ళిపడ్డాను. ఆమేనా... ఈఇంట్లో చనిపోయినావిడ...? నాలో అనుమానం మొలకెత్తడంతో భయం మొదలయ్యింది. నాకు తెలియకుండానే... చమటలు పట్టేసాయి. ఒక్క ఉదుటున మా గదిలోకి వెళ్ళి... నిద్రపోతున్న నా భర్తను కావలించుకుని పడుకున్నాను. నా పక్కన భర్త తోడున్నారన్న ధైర్యం కూడా పోయింది. పైన తిరుగుతున్న ఫ్యాన్ చప్పుడు మరీ భయంకరంగా తోచింది నాకు. ఈ గదిలో ఆ హుక్కుకే కదా... ఆవిడ ఉరేసుకుని చనిపోయింది...? నా మనసు పదేపదే తలుస్తుంటే...

కళ్ళప్పగించి రూఫ్ వైపే చూస్తున్నాను. ఆమె ప్రాణాలు పోయాకా ఉరి తాడు నుంచి శవాన్ని దించింది కూడా ఈగదిలోనే. కళ్ళారా చూడకపోయినా ఆ దృశ్యం కళ్ళకు కట్టినట్టు కనబడుతుంటే... భయంతో గట్టిగా కళ్ళు మూసుకుంటూ ఉండిపోయాను...

"నన్ను వదులు... వదులు..." మీద పడి రక్కుతున్న దెయ్యాన్ని కాళ్ళతో

తన్నుతున్నాను. గట్టిగా అరుస్తున్నాను. ఎంత తన్నినా... అరిచినా నా గుండెల మీదెక్కి కూర్చుని.... జుట్టంతా విరబోసుకుని నా ముఖం మీద వేళాడదీసి భయంకరంగా నవ్వుతుంది. నా శాయశక్తులా ఆ దెయ్యాన్ని నామీద నుంచి తోసేస్తున్నాను. దాని బలం ముందు నా బలం చాలడం లేదు. "ఏమండీ...ఏమండీ..." అంటూ గొంతు చించుకొని అరుస్తున్నా... పక్కనే వున్న ఆయన వినిపించుకోవడం లేదు. అదే అదనుగా దెయ్యం నామీద పడి మరింతగా రెచ్చిపోతుంటే... ఒంట్లోని శక్తినంతా కూడదీసుకుని... కాలుతో గట్టిగా తన్నుతున్నాను. "నన్నొదులు.. నువ్వు పోతావా లేదా" అంటూ పిచ్చి కేకలు పెడుతున్నాను. అలా ఎంతసేపో....?

అంతే... నన్నొదిలిపోయినట్టుంది. ఒక్కసారిగా కళ్ళు తెరిచాను. గదిలో లైట్ వేసుంది. ఒళ్ళంతా చమటలు పట్టేసి ఉన్నాయి. నా భర్త నన్ను కుదుపుతూ పిలుస్తున్నారు. "ఏమైంది ఏమైందంటూ...!" ఎర్రిచూపులు చూస్తున్న నాకు మంచినీళ్ల గ్లాసునందించారు. గటగటా తాగేసాను. నేను తేరుకోవడానికి కొంచెం సమయం పట్టింది.

గాల్లోకి కాళ్ళూ చేతులూ ఊపుతూ పిచ్చి కేకలు పెడుతుంటే... నన్ను బలవంతంగా లేపారంట. "అసలు నీకేమయ్యింది...?" అని నాభర్త మళ్ళీ అడిగేసరికి... కళ్ళముందు నాకు జరిగింది గుర్తొచ్చింది....

దెయ్యం వచ్చి నామీద పడి రక్కిందంతా ఓ పీడకలని అప్పుడర్థమయ్యింది. హమ్మయ్య అనుకున్నాను. అదంతా నాభర్తకు చెప్తే... పెద్దగా నవ్వేశారు. "మనసులో ఏవో భయాలు పెట్టుకుని ఏవేవో ఊహిస్తూ ఉంటావు. నువ్వు ఆవిషయం గురించి మర్చిపో" అన్నారు ఎంతో తేలిగ్గా.

నాలో నేనే నెమరేసుకుంటున్నాను...

తెల్లారింది...!

రాత్రి వచ్చిన ఆ పీడకలని... ఇంట్లో ఎవరికని చెప్తాను...? నాతో పాటూ అందర్నీ భయపెట్టిన దాన్ని అవుతాను. ఈయనకైతే నమ్మకాలే లేవు. నాది అనుభవం కాబట్టి నమ్మకుండా వుండలేకపోతున్నాను.

అసలు నిజంగానే... ఈ ఇంట్లో దుష్టశక్తులున్నాయా...? నాలో ఎన్నో సందేహాలు... భయాలు.

శుభమా అని మా పెళ్ళైన ఇరవైయేళ్ళకు ఈ ఇల్లు కొనుక్కున్నాం. మంచి కాలనీలో చక్కటి ఇల్లు . మా ఇల్లు చూడ్డానికి వచ్చిన బంధువులూ, స్నేహితులు చాలా తక్కువకి భలే కొన్నారని అందరూ విస్తుపోవడమే. వాళ్లంతా అలా అంటుంటే... మా అదృష్టానికి మేమెంతగా పొంగిపోయామో...!

అసలు ఆఇల్లు కొనడానికి ఎన్ని అవస్థలు పడ్డామో...?

అద్దె కొంపలు తిరగలేక... సొంతంగా ఇల్లు కొంటారా లేదా అని నా భర్తను పోరబట్టే... ఈ ఇల్లు అమరగలిగింది. ఇల్లు కోసం వెతగ్గా వెతగ్గా... పేపర్లో 'ఇల్లు అమ్మబడును' అనే ప్రకటన చూసి... ఆలస్యం చేయకుండా వెంటనే వెళ్ళి చూసాము.

చూడగానే మా అందరికీ నచ్చేసింది. మూడు బెడ్ రూమ్స్... వాటికి అటాచ్డ్ బాత్రూమ్స్, విశాలమైన హాలు, డైనింగ్ హాలు, పూజ రూమ్, కిచెన్, చుట్టూ కావలసినంత దొడ్డి. ఇంతకన్నా ఏం కావాలి...?

ఇల్లు చూస్తే... వదలబుద్ధి కాలేదు. ఆ ఇంటి ఓనరు చెప్పిన రేటు చూస్తే... మా తాహతుకి మించే ఉంది. ఆ ఇల్లు మిస్సైపోతామేమోనని నాభర్త మొఖం వైపు చూసాను బేలగా. ఇంటి ఓనర్ని అడగ్గా అడగ్గా...ఓ రెండు లక్షలు మినహాయిస్తా అన్నారు. అప్పటికే చాలా తగ్గించి ఇస్తున్నట్టు కూడా చెప్పడంతో... ఆ ఇంటిపై ఇంకొంచెం ఆశ కలిగింది.

"సరే...ఏ పాట్లో పడి కొందాంలే అన్నారు" నన్ను నిరుత్సాహపర్చడం ఇష్టం లేక నా భర్త.

ఇక ఆలోచించకుండా నాకున్న బంగారం కూడా అమ్మేసి... అయిదు లక్షలు ముందుగా అడ్వాన్స్ ఇచ్చి... ఆ ఇల్లు మరెవరూ కొననీయకుండా జాగ్రత్తపడ్డాం. ఆతర్వాత నెమ్మదిగా మొత్తం డబ్బు కూర్చి ఇచ్చేసి రిజిస్ట్రేషన్ కూడా చేయించుకుని... ఆ ఇంటి ఓనర్లుగా మేమనిపించుకున్నాం.

కొత్త వాతావరణం... కొత్త పరిసరాలు... ఆ ఇంట్లో కొచ్చి రెండు నెలలు అవుతుంది.

అన్ని సౌకర్యాలతో... ఇల్లు కొనుక్కున్నామన్న ఆనందంతో ఎంతో సంతోషంగా ఉన్నాం ఆఇంట్లో.

మా పెద్దోడుకి ఇంజనీరింగ్లో సీట్ రావడం... చిన్నోడుకి ఇంటర్లో మంచి మార్కులు రావడం, నా భర్తకు ప్రమోషన్ రావడం... శుభాలన్నీ ఒకేసారి చుట్టుముట్టాయి. మాకా ఇంట్లో బాగా కలిసొచ్చినట్టుగా అనిపించింది.

అప్పుడప్పుడే చుట్టుపక్కల వాళ్ళు ఒక్కొక్కరూ పరిచయం అవుతున్నారు. ఆ విషయం ఈ విషయం మాట్లాడుతూ...''మీకు ఆ ఇంట్లో అంతా బాగానే ఉందా అన్నారు'' పక్కింటి వాళ్ళు.

''మీకు ఆ ఇంట్లోకొచ్చాకా ఏమీ అనిపించలేదా'' అన్నారు ఎదురింటి వాళ్ళు.

మీరు ఎలా వుంటున్నారు...?'' అన్నారు వెనకింటి వాళ్ళు. వాళ్ళ ప్రశ్నలు నాకేమీ అర్థం కాలేదు. ''మాకు చాలా చాలా బాగుంది'' అంటూనే చెప్పుకొచ్చాను అందరికీ.

అలా చెప్పానే గానీ... నా సమాధానం విని... వారి ముఖాల్లో అదో విధమైన ఆశ్చర్యం, సందేహం కనిపించేది. ఎందుకలా అడుగుతున్నారో అర్థం కాలేదు. ఎందుకో తెలుసుకోవాలని అనిపించింది.

ఒకరోజు... ఇక ఉండబట్టలేక మా పక్కింటి అన్నపూర్ణమ్మ గారిని పిలిచి అడిగేసాను. 'మీరడిగినట్టే... చుట్టుపక్కలంతా కూడా ఎందుకు నన్నలా అడుగుతున్నారని...?'

''అబ్బే... అదేమీ లేదు. ఊరికే... మీకు కొత్త కదా...? ఎలా ఉందని అడిగాం అంతే'' అంటూ తప్పించుకున్నారు.

అయినా... నేను వదల్లేదు.

అడగ్గా అడగ్గా... చెప్పారు.

మాదైన ఆ ఇంట్లో... అంతకు ముందు అద్దెకున్నావిడ భర్తతో గొడవపడి ముందు గదిలో ఉరి వేసుకుని చనిపోయిందని. అప్పటినుంచీ... ఆ ఇంట్లోకి ఎవరూ అద్దెకు దిగక... ఇంటి ఓనరు తక్కువ రేటుకి మీకు ఇల్లు అమ్మేసాడని చెప్పారు. అది వింటూనే నా గుండె జల్లు మంది. మనసంతా ఒక విధమైన భయం ఆక్రమించుకుంది.

ఆ విషయాన్ని... పిల్లలకి గానీ, మావయ్య గారికి గానీ ఎవరికీ చెప్పలేదు. పిల్లలు భయపడతారనీ, మావయ్యకి చెప్తే... ఏమీ తెలుసుకోకుండా ఇల్లు తొందరపడి కొనేసామని దెబ్బలాడతారని భయం. నా భర్తతో మాత్రం చెప్పాను. మరేం కాదులే అని తీసిపారేశారు. ఆయన మరీ మొండి మనిషి. వేటినీ నమ్మే రకం కాదు.

నిన్న రాత్రి జరిగినదంతా పీడకలే అయినా... మర్చిపోలేని అనుభవంగా తోస్తుంది నాకెందుకో...!

నాలో రోజురోజుకీ భయం ఎక్కువవుతానే ఉంది. ఏరోజూ మాగదిలో ఒంటరిగా పడుకోలేదు. ఎంతగా ధైర్యం కూడదీసుకోవాలని అనుకున్నా నావల్ల కావడం లేదు.

నా భయం అలా వుండగానే...

ఓరోజు రాత్రి... నాకూ నాభర్తకూ ఓ విషయంలో పెద్ద గొడవ జరిగింది. నాకసలే మాటపడే స్వభావం కాదు. విసురుగా వెళ్లి బెడ్ రూమ్లో పడుకున్నాను. కోపంగా వెళ్లి పడుకున్నానేమో.... ఆగదిలో ఒంటరిగా పడుకున్నానన్న ధ్యాస ఎప్పటికో కలిగింది. కావాలనే నా భర్త కూడా రూంలోకి రాకుండా హాలులోనే పక్కేశారు. గుండెల్లో పొంగుకొస్తున్న బాధతో దుఃఖం తన్నుకొస్తుంది. ఆరోజు మామధ్య జరిగిన సంఘర్షణ వల్ల నేనూ పట్టుదలగానే వున్నాను. బ్రతకాలన్న ఆశ పూర్తిగా చచ్చిపోయింది. ఎందుకొచ్చిన జీవితమనిపించింది. నిద్రపట్టలేదు సరికదా... ఆ ఒంటరితనంలో నన్ను భయపెడుతున్న దెయ్యం గుర్తుకొచ్చింది. ఆ దెయ్యం ఇప్పుడొచ్చి నా గుండెలపై కూర్చుని నా గొంతు నొక్కేస్తే బాగుండునని ... ఈఇంట్లో నేను కూడా తనువు చాలించాలనే కోరికతో కూడిస విరక్తి భాపం నిండిపోయింది నాలో.

కానీ... ఎంతకీ రాదెందుకు ఏ దెయ్యమూ...? ఎంత పిలిచినా... ఎన్ని గంటలు నిరీక్షించినా... కళ్లింతలు చేసి చూసినా కనిపించదెందుకూ...? ఎక్కడికి పోయింది ఆ దెయ్యం...? రోజూ వినిపిస్తున్నట్టు అనిపించే ఆ సడలేమీ చేయదే...? కదులుతుందనిపించే నేను పడుకున్న మంచం కదలదెందుకూ...? లాగేస్తున్నట్టనిపించే... కప్పుకున్న దుప్పటి లాగదెందుకూ...? ఎంత సేపు నిరీక్షించినా

ఎంతకీ నన్ను కనికరించనే లేదు. దెయ్యం కనిపించకుండానే... చనిపోవాలనే నాకోరికను చల్లార్చేస్తూ... చూస్తుండగానే తెల్లారిపోయింది.

నాకప్పుడు తెలిసినదేమిటంటే... భయమనేదే మనల్ని తెలీకుండా వెంటాడే నీడ లాంటిదే. దాన్నే సందర్భాన్ని బట్టి ఎన్నోరకాలుగా ఊహించుకుంటూ ఉంటాము.

నిజమే కదా...! ఈ ఇంట్లో కొచ్చిన కొత్తలో... ఎన్నో శుభాలుతో ఎంతో సంతోషంగా ఉంటూ మంచినే చూసాము. అప్పటి వరకూ ఎప్పుడూ కనిపించని దెయ్యాలూ భూతాలూ... చుట్టు పక్కల వారి మాటలు విన్నాకా... నాలో కలిగిన భయం వల్లే... ఏదో భ్రమతో మా ఇంట్లో ప్రేతాత్మని సృష్టించుకుని అనవసరంగా భయపడ్డాననిపించింది.

ఇప్పుడు నిర్భయంగా చెప్పగలను. ఈ దెయ్యాలూ... భూతాలూ అనేవి వట్టి ట్రాష్ అని. మనసు బలహీనపడితేనే మనం పీల్చే గాలికూడా భారంగా అనిపిస్తుంది. మన నీడ మనల్నే తరముకొస్తూ... అగాథంలోకి తోసేస్తుంది. ఎవరో ఏదో చెప్పారని... వాటిని ఊహిస్తూ మనలోని ధైర్యాన్ని చంపుకుంటున్నాము.

నిజం నిలకడ మీద తెలుస్తుందనదానికి ఇలాంటి అనుభవాలకి కూడా సరిపోతుందేమో...

మా ఇంట్లో ఏ ప్రేతాత్మా లేదు.

మేమైదుగురం మాత్రమే...!"

(మామ్స్ ప్రెస్సో అంతర్జాల పత్రికలో 03.06.2020న ప్రచురించ బడింది)

త్యాగ(త్రి)మూర్తులు

జూన్ రెండవ తేదీ...!

తెలంగాణా రాష్ట్ర అవతరణ దినోత్సవం...

టీవీలో ముఖ్యమంత్రి ప్రసంగాన్ని ఎంతో ఆత్రుతగా వింటున్న మణెమ్మ అతని నోటి వెంట త్యాగం అనే మాట విని... ఆమె నవనాడులూ దహించుకుపోయాయి. ఒక ఉదుటున లేచెళ్లి టీవీని కట్టేసి కూర్చుంది.

తెలంగాణా కోసం ఉద్దెమం సేపెట్టడం తనకెరుకే. ఆ ఉద్దెమం కోసం పెజలెంత ఘోష పడినారో...? ఎంత మంది జనం సావుకి తెగించినారో...? ఎన్ని దినాలు కండ్లల్లో పేనాలు పెట్టుకుని ఎదురు సూసినారో...? సివరాకరికి తెలంగాణా వొచ్చింది. ఊర్లలో బోనాలు ఎత్తినారు... యేటలు ఏసినారు... పండగలు సేసినారు. తనకు ఏలాటి సంతోషం లేదు. రేపటి దినం మీద ఆశ లేదు. ఈ ఏకాకి జీవితంలో అనుక్షణం గతమొక భయంకరంగా అగుపిస్తూనే ఉంది.

ఏనాడో తాను కాపురానికి వచ్చిన కొత్తలో డెబ్బైయేళ్ల క్రిందట జరిగిన అప్పటి తెలంగాణా సాయుధ పోరాటంలో నిజామొళ్ల కాలంలో తన మామ పోలీసొళ్ల కాల్పుల్లో సచ్చిపోయాడని అత్తమ్మ చెప్తే తెల్సింది. యాభై ఏళ్ల కిందప్పుడు మళ్లీ తెలంగాణా పెజా ఉద్దెమం ఊపందుకుంది. మామలాగే పెనిమిటి కూడా పోరాటం అంటూ కాన రాకుండా పోయాడు. అసలున్నాడో పోయాడో తెలీని అయోమయంలో తాను పున్నిస్త్రీయో... విధవరాలో అర్థంకాని పరిస్థితి. యాదగిరి తనకు ఒక్కగానొక్క కొడుకు. ఊర్లో ఉన్న అరెకరం చెరక(ముక్క), రెండు గదుల ఇల్లు మిగిలాయి. పొలాన్ని తమ్ముడు నరసింహకి సాగుచేసుకోడానికి కౌలుకిచ్చి... ముందు గదిని

కిరానా దుక్నంకి అద్దెకిచ్చి... కొడుకుతో పక్కనే ఉన్న చిన్న పట్నానికి చేరింది. కొడుకునైనా మంచి సదువు సదివించి... సర్కారి కొలువులో సేర్పించి... లగ్గం సేసి మనుమల్ని ఎత్తుకోవాలని ఎన్నో కలలుగంటూ గడిపింది. నాలుగిళ్లలో వంటమనిషిగా చేరి...పొదుపుగా కొడుకుతో నెట్టుకొస్తుంది.

తన కలల్ని... ఆశల్ని కూల్చేస్తూ... యాదగిరి పదవ తరగతి సదువుతుండగా విప్లవ భావాలంటూ... ఉద్దెమాలంటూ ఎక్కడెక్కడికో వెళ్లడం మొదలెట్టాడు. సర్కారి వాళ్యమీద పగబూనినట్టు తిరుగుతుండంట. కొడుకు ప్రవర్తన మణెమ్మలో గుబులుపుట్టింది. నెత్తి నోరూ బాదుకుంటూ కొడుక్కి బుద్దులు చెప్పింది. "వద్దరా బిడ్డా... మన ఇంట ఈ ఇష్లవం బాట పోయినోళ్యకి అచ్చిరాలేదు. నామాటినుకో... సక్కంగా సదూకుని సర్కారీ కొలువులో సేరు కొడకా " అంటూ గడ్డం పట్టుకుని బతిమాలింది. కొడుక్కి ఎప్పుడు యే ఆపద వస్తుందోనని బోనం ఎత్తుకుని పండగ సేయిస్తానని... యేటేసి నైవేద్యం పెట్టుకుంటానని తనకు తెలిసిన అన్ని దేవుళ్యకి మొక్కేసుకుంది.

కొడుకు యాదగిరి పేరు సర్కారోళ్లకి సేరిపోయిందని సెప్పిన తమ్ముడు నర్సింహ మాటలకు గజగజా వణికిపోయింది. మనసంతా అల్లకల్లోలమై పోయింది.

తన కుటుంబంలో ఇప్పటికే ఇద్దరు ఉద్దెమం కోసం పేనాలు పణంగా పెట్టి పోరాడినారు. ఈ గెద్ద కోసమే పాకులాడిండ్రు. తెలంగానా వస్తే అందరం సుఖపడతాం. మన కష్టాలు గట్టెక్కుతాయి... మనకి నీళ్లు అస్తాయి... కొలువులొస్తాయి అంటూ కళ్యనిండ ఆశల్తో ఉరికినారు. పెళ్యాం బిడ్డల్ని వదిలేసి పోయినారు. మామ, పెనిమిటి పోయిన దారిలోనే కొడుకు కూడా పోయిందా. మనసు ఏనాడో సచ్చిపోయింది. పేనం ఉంది గనకనే కొడుకు తిరిగొస్తాడని నీరింకిపోయిన కళ్యతో ఎదురుసూస్తుంది.

మణెమ్మ ఎప్పటిలాగే పనులు ముగించుకుని ఇంటికొచ్చి నడం వాల్చింది.

చిన్న కునుకు పడుతుండగా దబదబా తలుపులు బాదుతుంటే తుళ్యిపడి లేచింది. తలుపు తీసిన వెంటనే లోనికొచ్చి తలుపు మూసేస్తున్న ఆ వ్యక్తిని చూసి ఒక్క

క్షణం భయపడినా... "అమ్మ" అని పిలిచిన ఆ పిలుపు విని మణెమ్మ ముఖం బంతిపూవులా విప్పారింది. "ఎడకి పోయినావురా కొడకా ఇన్ని దినాలు...? మీయమ్మ సచ్చిందనుకున్నావా...? వద్దునాయనా మనకీ ఇష్టవాలూ, ఈ తెలంగానాలూ అని మొత్తుకుంటనే వున్నా ఇన్నావు కావు. నాయనా నీ కాల్మొక్త

నన్ను వదిలి పోకురా. నేను బతకలేను. మీ అయ్యలేకున్న నీమీద పేనాలు ఒగ్గెట్టి బతుకుతున్నాను". అయ్యా... బాబూ అంటూ కొడుకుని హత్తుకుపోయింది. చింపిరి జుట్టు, పెరిగిన గెడ్డం, గుంటలు పడిన కళ్లు, ఎండుకుపోయిన పొట్టని తడిమి తడిమి చూసి భోరున ఏడ్చేసింది. మరెక్కడున్నాయో ఆ కన్నీళ్లు ఎండిపోయిన కళ్లనుంచి ఊరిపోతున్నాయి.

తల్లిని ఏడవనిచ్చి... అప్పుడు నోరిప్పాడు యాదగిరి. "ఊర్కవే... ఎడకి పోలేదు. నక్సట్లలో జేరిన మాట నిజమే. కానీ ఆ జంగిల్ల ఉంటే పనికాదని వచ్చిన. సర్కారోళ్లు పనిపట్టాలంటే ఈడనే ఉంట. తెలంగాన ఉద్దెమంలో నేను కూడా పోతా. నా తాతా, అయ్యా దీనికోసమే కదమ్మ పోరాడింది. నేనే కాదు నాతో సదువుకున్న నా సోపతులు (స్నేహితులు) కూడా నాతో వున్నరు. ఈసారి ఉద్దెమం మంచి జోరుగా ఉంది. తెలంగాన ఖాయంగా వస్తదంటున్నరు. తెలంగాన వస్తే మనమందరం ఖుషీగా ఉంటమే అమ్మ" అంటూ చెప్తున్న కొడుకుని అలా చూస్తూ ఉండిపోయింది మణెమ్మ.

యాదగిరి తానునుకున్నట్లుగానే ఉద్యమకారుల్లో చేరిపోయాడు. పోనీలే... కొడుకు కళ్లెదుటే ఉంటాడని ఊరుకుంది.

ఇది జరిగిన వారం రోజులకి....

తెలంగాణా ఉద్యమం మంచి ఊపుమీదుంది. ఎప్పట్లాగే వంట చేస్తూనే... ఇంట్లో టీవీలో వస్తున్న వార్తలపై ఒక చెవి వేసి వింటుంది. బ్రేకింగ్ న్యూస్ అని రావడంతో... సౌండ్ పెద్దదయ్యింది. చేతిలోని పనిని వదిలేసి ముందు గదిలోకి తొంగిచూసింది. ఉద్యమంలో పోరాడుతున్న వారిమీద జరిగిన కాల్పుల్లో మృతిచెందిన వారిని ఒక్కొక్కరిగా చూపిస్తున్నారు. దడదడలాడుతున్న గుండెను చేతితో నొక్కుకుంటుందగా... కొడుకు ఫోటో కనిపించేసరికి... కుప్పకూలిపోయింది.

అనుకున్నదంతా అయ్యింది. మూడు తరాలుగా కుటుంబమంతా నాశనమైపోయింది. దేవుడా ఏంటిది...? నేను మట్టుకు ఎందుకు బతకాలంట...? కొడుకు మరణంతో మణెమ్మలో తీరని ఆవేదన నిండుకుంది.

అనుకున్న తెలంగాణా రానేవచ్చింది. కాల్పుల్లో చనిపోయిన వారందరి జ్ఞాపకార్థంగా స్తూపాకారాలు, గౌరవ వందనాలు, వారి స్ఫూర్తిదాయకమైన సేవలు, నిరంతరాయంగా సాగిన వాళ్ళ త్యాగాల గురించి టీవీలో ఎవరెవరో పొగుడుతూ... ఏవేవో వాగ్దానాలు చేస్తున్నారు. అదంతా చూసిన మణెమ్మలో చిన్న చిగురాశ తొంగిచూసింది...! "పోయినోళ్ళు పోయిండ్రు. సర్కారు నాకేమైనా సాయం సేస్తదేమో...? ఊరికి పోయి దుకనం నడుపుకుంటూ బతుకు ఎల్లదీస్తను" అంటూ ఆలోచనలో పడింది.

ప్రభుత్వం వచ్చి రెండెళ్లు దాటిపోతుంది...! మణెమ్మలో ఓ విధమైన నిరాశ చోటుచేసుకుంది. తనలో తానే ఇలా రోదించుకుంటుంది... " సర్కారు షురూ(మొదలు) అయ్యి ఈ బోనాలకి రెండెళ్లు గావస్తుంది. ఆళ్ళ నుంచి ఎలాటి సాయం అచ్చేట్టు లేదు. పత్రికోల్లు, టీవీవోల్లు అస్తూ పోతున్నరు. మూడు తరాల మీవాల్ల గురించి చెప్పుండ్రి అని అడ్గతనే వున్నరు. ఏం ఫాయిదా (ఉపయోగం) లేదు.

ఎప్పటిలాగానే టీవీలో వార్తలు చూస్తూ కూర్చుంది మణెమ్మ. తాతతో పాటూ దండి సత్యాగ్రహంలో పాల్గొన్న మహాత్మాగాంధీ మనుమడు గుజరాత్ లోని ఓ ఆశ్రమంలో అనాధగా మృతిచెందాడన్న వార్త చెవిలో పడేసరికి మనసంతా వికలమైపోయిందామెకు. చిన్నప్పటినుంచీ తాను సదువుకోకపోయినా ఆళ్ళ ఈళ్ళ మాటలు, మెట్టినింట్లో సుద్దులు వింటూ పెరిగింది. ఏదో ఆలోచన మొదలయ్యింది మణెమ్మలో. దేశానికి సొతంత్రం తెచ్చినాయన మనుమడే అనాథలా శవమైతే... మాలాంటోళ్ళ గతేంటి..? రాజకీయనాయకుల బేకార్ (ఉపయోగం లేని) మాటలు నమ్ముబుద్ధి కాలేదు. ఏదో నిర్ణయానికి వచ్చినట్లు కదిలింది మణెమ్మ. ఊళ్ళో ఉన్న అరెకరం పొలం తమ్ముడుకి చెప్పి అమ్మించింది. "ఏం తిని బతుకుతావే అక్కా..?" అని అడిగిన నరసింహం మాటల్ని పక్కకు పెట్టింది. వచ్చిన డబ్బుతో దుక్నంలోకి కావాల్సిన సరంజామా సద్దుకుంది. వెనుకనున్న గదిని శుభ్రం చేసుకుంది. మిగిలిన

పైసల్ని బాంకులో జమ చేసుకుంది. దానిమీద వచ్చిన మిత్తి (వడ్డీ) తో తెలంగానా పోరాటంలో తన కొడుకులాగే పోయిన వారి బిడ్డల్ని నలుగుర్ని సదివించాలని అనుకుంది. మణెమ్మ తీసుకున్న ఆనిర్ణయానికి ఊరంతా సలాము చేసింది.

దుక్నం మీద వచ్చే ఆదాయం తన తిండికి చాలు. తన తదనంతరం మిగిలిందేదో తమ్ముడి బిడ్డలకే రాసేసింది. మూడు తరాల మామ, మొగుడు, కొడుకుల ఫొటోలు దుక్నం గోడకి తగిలించింది. "మీరంతా ఈ గెడ్డ కోసం పేనాలే ధార పోసిన్రు. మీలాగ నేను పేనం ఇవ్వలేకపోయిన. నలుగురు బిడ్డల్ని సదివించి ఆళ్ళు బాగుపడి ఈ దేశానికి సేవ సేస్తుంటే ఆళ్ళల్లో మిమ్మల్ని సూసుకుంట" అని దండం పెట్టింది.

(తెలంగాణా ఉద్యమ పోరాటంలో అసువులు బాసిన వారందరికీ... వారి కుటుంబాలకు నా జోహార్లు...!)

– (ప్రతిలిపి అంతర్జాల పత్రికలో 30.11.2020 న ప్రచురించబడింది)

మాడూరి మాణిక్యం

గాయత్రి చుట్టూ... మీడియా మూగింది...!'

తానెంతగా కష్టపడితే... ఆ ర్యాంక్ సాధించగలిగిందో పూసగుచ్చినట్టుగా చెప్పింది.

మారుమూల పల్లెటూరులో పెరిగిన తాను... తన జీవిత లక్ష్యంతో చాలామందికి తెలియని తన ఊరు పేరుని దిశదిశలా వ్యాపింపచేసేలా చేసిన ఘనత గాయత్రిదే.

తాను ఎంసెట్ మెడికల్లో మంచి ర్యాంకు సాధించడమే కారణం. టీవీల్లోనూ... పత్రికల్లోనూ... సోషల్ మీడియాల్లోనూ... గాయత్రి గురించే ప్రశంసల వర్షం.

ఈవిషయం తెలిసిన ప్రయివేటు ఆసుపత్రి యాజమాన్యం గాయత్రిని కలిసి... తాము చెప్పినట్టుగా ఒప్పందానికి వస్తే... తాను చదవబోయే వైద్యవృత్తికి తామే మొత్తం పెట్టుబడి పెట్టి చదివిస్తామన్నారు.

గాయత్రి ఆలోచనలో పడింది. నాకు కొంచెం టైం కావాలని అడిగిందే గానీ... సశేమిరా వారడిగిన ఒప్పందానికి మనసు ఒప్పుకోవడం లేదు.

★★★

తాను పుట్టి పెరిగిన మాచారం బళ్ళో చిన్నతనం నుంచీ చదువుపై తనకున్న శ్రద్ధకి... ఉపాధ్యాయుల ప్రోత్సాహం తోడవడంతో... పదవ తరగతి వరకూ ఆడుతూ పాడుతూ గడిపినా గానీ... ఆ బళ్ళో అప్పటివరకూ ఎవరికీ రాని అత్యధిక మార్కులు సాధించిన విద్యార్థిగా నోటీస్ బోర్డ్లో స్థానం సంపాదించుకుంది.

ఆతర్వాత... ఆ ఊరి బడిపంతులు మాట విని కూతుర్ని పట్నం పంపి

చదివించడానికి తనకు తాహతుకి మించిన పనే అయినా... ఎంతో కష్టపడి ఇంటర్ చదివించాడు రాములు. సరస్వతీ దేవి కటాక్షం ఉండబట్టే... తండ్రి కష్టార్జితానికి ప్రతిఫలం తేవాలని... గాయత్రిలో ఓ విధమైన కసి... పట్టుదల వయసుతో పాటూ ఎదిగి... ఇంటర్లో మంచి మార్కులు తెచ్చుకోవడం... ఎంసెట్ లో మంచి మెడికల్ ర్యాంక్ సాధించడంతో... తనలోని ప్రతిభను వెలికితెచ్చింది.

మీడియావాళ్ళు రావడమేంటి...? తన కూతుర్ని నన్ను ఏవేవో అడిగి... మా ఫొటోలు పేపర్లో వేయడమేంటి..? ఊరు ఊరంతా తనను గొప్పగా చూడడమేంటి...? తనలో తాననుకుంటూ... అదంతా నమ్మలేక పోతున్నాడు రాములు. కూతురేదో చదువుకుని ఉద్యోగం చేసుకుంటూ సంపాదించుకుంటే చాలు... తాను కట్నమిచ్చి పెళ్లి చేయలేకపోయినా... తన కూతుర్ని పెళ్లి చేసుకోవడానికి ఎవరో ఒకరు రాకపోతారా అనే ఉద్దేశ్యంతో చదివించాడే గానీ... డాక్టర్ సీటు తెప్పించుకుంటుందన్న ఆశ మాత్రం పెట్టుకోలేదు. బతికి చెడిపోయిన తాను ఖరీదైన చదువులు చదివించలేనన్న విషయం తనకు తెలుసు కాబట్టే... కూతురు డాక్టరే అవ్వాలని అంతగా ఆశలు పెట్టుకోలేదు. కానీ... ఇప్పుడెలా చదివించాలి...? గవర్నమెంటు సీటు వచ్చినా గానీ... హాస్పిటల్ ఫీజు, పుస్తకాలు, హాస్టల్, ఇలాంటివన్నీ చూసినా... చదువు పూర్తయ్యేసరికి లక్షల్లోనే తెలుతుందని ఎవరో చెప్తే తెలిసింది. అందులోనూ... రిజర్వేషన్ లాంటి వరాలు నోచుకోలేని కులం. డాక్టరు చదివించడం అంటే మాటలు కాదు...! నిజాన్ని తలుచుకుని భయపడుతున్నాడు రాములు.

పెరట్లో కూర్చుని ఆలోచిస్తున్న కూతురు దగ్గరకు వెళ్ళాడు ... "అమ్మా గాయత్రి...!

ఆలోచనల్లోంచి తేరుకుంటూ... తండ్రిని చూసింది.

"ఎంటమ్మా....నీ డాక్టరు చదువును నేనెలా చదివించగలననేగా... నీ బాధంతా...? నిజమే... నాకు అంత తాహతు లేదు. మన పొలాలు మనకుండి వుంటే... ఈరోజు ఈసమస్య వచ్చి ఉండేది కాదు. రెండు ఎకరాలు అమ్మేస్తే... నీ డాక్టరు చదువుకు సరిపడే డబ్బు సరిపడేది. కానీ వాటిని మా ముగ్గురక్కచెల్లెళ్ళు పెళ్ళిళ్ళు చేయడానికి మానాన్న బతికుండగా తనఖా పెట్టడం వలన... వాటి అప్పు

తీర్చలేక... మన పొలాలు మనకు కాకుండా పోయాయి. అమ్మేసిన మన పొలాల్లోనే కొలు చేస్తూ బతకాల్సిన పరిస్థితి రావడం వల్లే... నేను నిన్ను ఇకపై చదివించలేని దుస్థితి వచ్చింది." తండ్రి కళ్ళు చెమ్మగిల్లుతుంటే... చూడలేక పోయింది గాయత్రి.

"బాధ పడకండి నాన్నా...! మన కష్టాలు గట్టెక్కడానికైనా... నేను డాక్టరునవ్వాలి. అంత డబ్బు ఎలా అని ఆలోచించకండి. అవసరం కాబట్టి దారులు వెతకాలి. మీరు నిశ్చింతగా ఉండండి" అంటూ ధైర్యం చెప్పింది. తన చదువుకు సహాయం చేస్తామని కార్పొరేట్ ఆసుపత్రి వాళ్ళు చెప్పిన విషయాన్ని చెప్పింది తండ్రికి.

కూతురు మాటలకి ఆ తండ్రి కళ్లు మెరిసాయి. "మరింకేం..? ఏమీ ఆలోచించకుండా వారికి ఫోన్ చేసి చెప్పమ్మా" అన్నాడు.

"నాకంటూ మరో దారి కనిపించకపోతే... వారికే నేనమ్ముడు పోవాలి. కానీ నా ఆశయం వేరు నాన్నా...!" అంటూ అక్కడ నుంచి కదిలివెళ్లిపోయింది.

★★★

మారుమూలున్న మాచారం గ్రామంలో... యాభై పడకలున్న ఆసుపత్రి వెలిసింది. అక్కడున్న ప్రజలందరి ముఖాల్లోనూ జీవకళ ఉట్టిపడిందంటే... తమ ఆరోగ్యానికి ఇక ధోకా రాదనే.

డాక్టర్ గాయత్రి పుణ్యమా అని ఆ ఊరికొక ఆసుపత్రి రావడంతో.... గాయత్రి మాఊరి దేవతంటూ పండుగ కూడా చేసుకున్నారు.

ఆఊరి వాళ్ళ కళ్ళల్లో ఆనందాన్ని చూడాలన్నదే.... గాయత్రి కన్న కలలు. తాను తన తల్లి కడుపులో ఉన్నప్పుడు పురిటినొప్పులు భరించలేకపోతుంటే... ఆ ఊరి నుంచి పట్నంలోని ఆసుపత్రికి తీసుకుపోతుండగా... దారి మధ్యలోనే తనని కనలేక కని కళ్ళు మూసింది. తండ్రే అన్నీ చూసుకున్నా... తల్లి లేని లోటు గాయత్రి జీవితాన ఓ తీరని వేదన. తన తల్లిలా ఎవరూ అవస్థలు పడకూడదనే... ప్రసూతి వైద్యురాలిగా పట్టాపొంది...తాను పెరిగిన పల్లెకు డాక్టరుగా వచ్చి ఆసుపత్రి పెట్టింది.

పల్లెలో... ప్రగతి పథానికి పూనుకున్న గాయత్రి విజయాన్ని ఏమని పొగడాలి...?

తండ్రి... తనను ఇంటర్ చదవడానికి పట్నం పంపి రెండేళ్లు చదివించడానికి ఎంతగా కష్టపడ్డాడో తనకు తెలుసు కాబట్టే... ఇకపై చదివించలేక భారం అనుకున్న తండ్రి మనసుని అర్థం చేసుకుంది.

ఓ పక్క కార్పోరేట్ ఆసుపత్రి వాళ్ళు అడిగిన ఒప్పందానికి ఎక్కడ తలవగ్గాలో అనే... అయిష్టత మనసులో కలవరపెడుతూనే ఉంది...!

ఆలోచించగా... గాయత్రికి ఒక ఆలోచన తట్టింది.

స్టేట్ బ్యాంక్ కి వెళ్లి ... తన పేరున అకౌంట్ ఓపెన్ చేసుకుంది. నెట్ సెంటర్ కెళ్లి ముఖపుస్తకాన్ని తెరిచింది. పబ్లిక్ ని అభ్యర్థిస్తూ... చదువుకు సహాయానికై చిన్న పోస్ట్ పెట్టింది.

ఆ తర్వాత... చదువు పూర్తవ్వడమే కాదు... ఈనాడు కూడా అదే ముఖపుస్తకాన్ని ఆశ్రయించింది కాబట్టే... ఇలా ఈ మారుమూల గ్రామంలో కూడా ఆసుపత్రిని పెట్టి... దానికి కావాల్సిన స్టాఫ్ ని కూడా నియమించుకుంది.

ఆనాడు ముఖపుస్తకంలో తన కష్టాన్ని రాసుకుంటూ... పబ్లిక్ ని అభ్యర్థించింది. అది అందరికీ వైరల్ అవ్వడంతో... తన బ్యాంక్ అకౌంట్ లోకి ఎవరికి తోచిన విధంగా వారు సహాయం చేయడంతో... తన చదువు కూడా సాగిపోయింది. ఇప్పుడు మళ్లీ పెట్టిన తన పోస్టుకి ఊహించని రీతిలో ప్రజలు స్పందించారు కాబట్టే... ఈ విధంగా డబ్బు పోగయ్యింది. ఆ డబ్బుతో అన్ని సౌకర్యాలతో ఆసుపత్రిని నిర్మించగలిగింది. ముఖపుస్తకంలో తాను వాగ్దానం చేసినట్టే... తన వైద్యవృత్తితో గ్రామాలకే సేవ చేయాలనుకుని... తిరిగి తనూరు వచ్చింది.

"అమ్మా గాయత్రి....! నిన్నిలా ఓ డాక్టర్ గా చూస్తానని నేననుకోలేదురా...! నీకు నీవుగా ఇంతపైకి ఎదిగినందుకు నాకెంతో గర్వంగా ఉంది." ఆనందంతో తండ్రి కళ్ళు తడిబారేసరికి... ఆప్యాయంగా తండ్రిని వాటేసుకుంది గాయత్రి.

ఆసుపత్రి ప్రారంభ వేడుకల్లో... అందర్ని ఉద్దేశిస్తూ... గాయత్రి ఈవిధంగా చెప్పడం మొదలు పెట్టింది.

"నేను వైద్యురాలిగా... మన ఊరు ఇలా రాగలిగానంటే అదంతా సరస్వతీదేవి కటాక్షమే అయినా మీరిచ్చిన ఆశీస్సులు... ఎందరో దాత లిచ్చిన ఆర్థిక సహాయంతోనే

నేనింతవరకూ ఎదిగాను. ప్రతి ఒక్కరికీ ధన్యురాలినై వుంటాను. నా వృత్తి ధర్మంలో ఎలాంటి అధర్మానికీ చోటివ్వకుండా... ఈ గ్రామ ప్రజలందరికీ నా జీవితాంతం వైద్యురాలిగా సేవ చేసుకోవాలనే నాకోరిక ఇన్నాళ్లకు ఫలించింది.

మా అమ్మ కష్టపడినట్టుగా పురిటినొప్పులతో ఎంతో ప్రయాసతో దూరప్రాంతాలకు వెళ్లి పురుడు పోసుకోవాల్సిన అవసరం ఈ గ్రామస్థుల్లో రాకుండా... నాకు చేతనైనంత వైద్యసహకారం అందివ్వాలనే నా తాపత్రయమంతా. ఆ రోజు నా చదువు సాగడానికి ముఖపుస్తకం ద్వారా దాతల్ని ఆశ్రయించకుంటే... నన్ను ఆనాడు చదివిస్తానని వచ్చిన ఆ ప్రయివేటు ఆసుపత్రి వాళ్ళ హయాంలోనే నేను పనిచేయాల్సి వచ్చేది. నా కోరిక తీర్చడానికి నన్ను ఎంతోమంది వెన్నుతట్టి ప్రోత్సహించారు కాబట్టే... నేను ఈ ఊరి ప్రజలందరి కోసం ఈ ఆసుపత్రిని పెట్టగలిగాను...!" ఆ ఊరి గ్రామస్తులందరికీ ఎంతో గర్వంగా చెప్పుకుంది.

గాయత్రి మాటలకు... గ్రామస్థుల్లో కొత్త ఊపిరి నిండుకుంది. ఆ గ్రామ ప్రజలకే కాదు... చుట్టు పక్కల గ్రామాల్లోని ప్రజలకు కూడా... ప్రాణాలు పోసే దేవతైపోయింది.

అందుకే మాచారం డాక్టరుగా... అక్కడందరూ గాయత్రిని పిలిచేది ఒక్కటే...'మాఊరి మాణిక్యం' అని!

–(మామ్స్ ప్రెస్సో అంతర్జాల పత్రికలో 07.03.2020)

తప్పటడుగు

ఆ ఇంట్లో పెళ్ళిజరిగినా... అదంతా సందడిలా అనిపించలేదు. ఆ శుభకార్యంలో ఏదో అశుభం జరగబోతున్నట్లుగా అధైర్యాన్ని ఇస్తున్నాయి శాంతికి.

కొడుకు దగ్గర ఓడిపోయి... బంధువుల ముందు తలెత్తుకోలేక తల వంచుకుని మరీ ఈ పెళ్ళి చేసింది ఒక్కగానొక్క కొడుక్కి.

కొత్త కోడలు తన ఇంటి గడపదాటి లోనికి అడుగు పెడుతుంటే... శాంతి నవనాడులూ క్రుంగిపోయాయి.

తన పెంపకంలో కొడుకు తనకిది కావాలని ఏనాడూ అడగలేదు. ఏమీ అడక్కుండానే కొడుకు మనసెరిగి అన్నీ సమకూర్చేది. అలాగే కొడుక్కి ఓ లక్షణమైన సంబంధం కుదిర్చి... మహాలక్ష్మి లాంటి అమ్మాయితో పెళ్ళిచేసి... కోడల్ని తనింటి గడపలో అడుగుపెట్టించి స్వాగతం పలకాలనుకుంది. అనుకున్నవన్నీ జరగవేమో...?

పెళ్ళి విషయంలో మాత్రం తాను ప్రేమించిన అమ్మాయే కావాలని మంకుపట్టి మరీ ఈ పెళ్ళి చేసుకున్నాడు. భార్యతో పాటూ వాళ్ళ కుటుంబాన్ని కూడా వీడితో కలుపుకోవాలి. వారి ఇంటి అల్లుడుగా భవిష్యత్తులో ఎలా జీవితాన్ని ఈడ్చుకొస్తాడో అనే చింతే... శాంతిని ఎక్కువగా కలవరపెడుతుంది.

అలసటగా మంచంపై వాలి కళ్ళు మూసుకుంది. కంటిపై కునుకు రావడం లేదు. కొడుక్కీ తనకీ మధ్య వచ్చిన ప్రాధన్య ఎంతవరకూ సబబో అర్థం కావడంలేదు. జరిగినదంతా పీడకల అయివుంటే బావుండేది. ఆమె కళ్ళు తడిబారి ఎర్రబడ్డాయి.

భర్త పోయాకా... కొడుకే సర్వస్వంగా బ్రతుకుతున్న శాంతికి మరో కష్టం ఎదురైంది...

"అమ్మా...! నేను అనిత అనే అమ్మాయిని ప్రేమించాను. ఆమెను తప్ప నేనెవరిని పెళ్లి చేసుకోను" ఖరాఖండిగా చెప్పాడు తల్లితో పవన్.

అదిరిపడింది శాంతి. తన చెవులను తానే నమ్మలేకపోయింది. అమ్మాయి వివరాలు తెలిసాకా మరింతగా కృంగిపోయింది.

తమ కులం కాకపోయినా, మంచి సంప్రదాయం గల కుటుంబంలోని అమ్మాయిని ప్రేమించి వుంటే... ఒప్పుకునేదేమో...? ఓ పేదింటి పిల్లైనా దయతో ఆదుకునేదేమో...? ఆ రెండూ కాదు. అందుకే... శాంతి కొడుకు ప్రేమని నిరాకరించింది.

"ఆ అమ్మాయిని మరిచిపో. నీ కోసం మంచి మంచి సంబంధాలు చాలా వస్తున్నాయి. మన పరువూ మర్యాదా నిలబెట్టాలంటే... నేను చూసిన అమ్మాయిల్లో నీకు నచ్చిన అమ్మాయిని ఎంచి పెళ్ళిచేసుకో. అంతే గానీ ఈ ప్రేమాదోమా అంటూ మన కుటుంబ మర్యాదలు మంటగలపకు". కొడుకును శాసించింది శాంతి!

తల్లి మాటలకు మరింతగా పౌరుషం పొడుచుకొచ్చింది పవన్ కి.

"అమ్మ ఆ అమ్మాయికి అందం లేదా? చదువు లేదా? ఉద్యోగం లేదా? ఇంకా ఈ కాలంలో కూడా ఈ కులాల పట్టింపులేంటి? ఏ కులంలో వారికైనా ఉండేది ఆ ఎర్రటి రక్తమే కదా! నువ్వు ఈ అమ్మాయిని కాదని వేరొకరితో పెళ్లి చేస్తానంటే నీ తృప్తికోసం చేసుకుంటాను గానీ నేను మాత్రం ఆ అమ్మాయితో సంతోషంగా ఉండలేను. నీ వల్ల నాతోపాటూ నువ్వు పెళ్లి చేసే అమ్మాయా, నేను ప్రేమించిన అమ్మాయా కూడా జీవితాంతం కుమిలిపోతూనే ఉంటాము. ఇలా నీకిష్టమైతే చెప్పు... నీ ఒక్కదానివైనా సంతోషంగా ఉండొచ్చు" తల్లితో చెప్పదల్చుకుంది చెప్పేసి... గదిలోకి వెళ్లి భళ్ళున తలుపేసేసాడు తల్లికి మరో మాట అవకాశమీయకుండా!

కొడుకు మాటలు మరింత భయపెట్టాయి శాంతిని. లోపల ఏఅఘాయిత్యం చేసుకుంటాడోనని... తలుపులు బాదుతూనే వుంది పిచ్చితల్లి.

తెల్లారాకా తలుపులు తెరుచుకోడంతో... ఊపిరి పీల్చుకుని ఒక నిశ్చయానికి వచ్చింది శాంతి.

పుట్టింటి వారికీ, అత్తింటివారికీ కూడా కొడుకు నిర్ణయం చెప్పి ... ఈ పెళ్లి ఖాయం చేస్తున్నట్లు తల్లిగా తన బాధ్యత నెరవేర్చాలనుకుంటున్నానని...తప్పు చేస్తున్న భావనతో తెగించి చెప్పింది శాంతి.

బంధువర్గమంతా శాంతినే తప్పుపట్టారు. కొడుకుని సరిగా పెంచలేదని, పూర్తిగా స్వేచ్ఛనిచ్చి భయమన్నది లేకుండా చేసావని ఏవేవో దూషించారు. ఈ పెళ్ళికి మేము రాలేమని కొందరూ, ముహూర్త సమయానికి వస్తే వస్తామని కొందరూ జవాబిచ్చారు. శాంతి వారినంతగా రమ్మని బలవంత పెట్టదల్చుకోలేదు. బంధాలకు విలువిచ్చి వారికీ విషయం చెప్పి పెళ్లి చేయడం తన ధర్మంగా భావించింది గనుకే వారి మాటలను మౌనంగా భరించింది శాంతి.

పెళ్ళైన మూడురోజుల తర్వాత... భార్య పుట్టిలైన అత్తవారింట అడుగు పెట్టాడు పవన్. పెద్దింటోళ్ల అబ్బాయి వారింటికి అల్లుడుగా రావడం పరమానందంగా వుంది. తమ కూతురి అదృష్టానికి పొంగిపోయారు.

"మన అనితమ్మ మారాజులలాటి కుర్రాడ్ని మనువాడింది కాబట్టి సరిపోనాదిగానీ మనమిట్టాంటి కుర్రగాడ్నిచ్చి కట్టబెట్టగలమా సెప్పు...?" పెళ్ళాం చెవిలో గుసగుసలాడాడు వెంకన్న.

"నువ్వు మరీ మావా! మన అనితమ్మకేటి తక్కువేటి? తినో తినకో ఎంతో కట్టంతో పట్నంలో మనబిడ్డని సదివించాం. ఆ సదువుకి సరిపడే ఉజ్జోగం కూడేసుకుంది కాబట్టే... మన బిడ్డ యెంట పడ్డాడు మనల్లుడు. మన పిల్ల అందానికి యే మగాడైనా ఎగరేసుకుపోతాడు. అయినా మనల్లుడి అమ్మ తనకిట్టం లేకుండా ఈ మనువు సేసింది. దాని కాడికి ఈళ్ళిద్దర్నే కాపురానికి పంపితే మన బిడ్డ నెట్టా సూత్తదో యేటో....? ఈ పెళ్లి సేయడానికి మనల్ని సూత్తానే మొహం యేలాడేసింది."

"వామ్మో...! మన పిల్లని అత్తనుంచి వేరు కాపురమెట్టించాలి. అల్లుడెలాగూ మనోడు అయిపోనాడు. కూతురింటికి మనంకూడా పోతావత్తా ఉండొచ్చు". కళ్ళింతింత చేసుకుని చెప్తున్న రత్తాలు మాటల్ని మురిపెంగా వింటున్నాడు వెంకన్న.

తెల్లారి... కూతురుకి అన్నివిషయాలు నూరిపోసింది. అత్త నుంచి వేరు కాపురామెలా పెట్టాలో.

కన్నవాళ్లను అమాయకంగా చూసింది అనిత.

"అమ్మా అవన్నీ నాకు తెలుసుగానీ... అయ్యా, నువ్వూ, తమ్ముడూ మాతోపాటే వుండాలి. ఇప్పటివరకు మీరుపడ్డ కష్టం చాలు. లోను తీసుకుని తమ్ముడితో ఏదైనా వ్యాపారం పెట్టిస్తాం" అంటూ వారి ఆశలకు దారి చూపిస్తుంది.

కూతురు మాటలు కొండంత ధైర్యాన్ని ఇచ్చాయి ఆ కన్నవాళ్లకు. పని పాటా లేకుండా బలాదూరుగా తిరుగుతున్న కొడుకు బ్రతుకెలా సాగుతుందోనన్న దిగులు కాస్తా పోయి... కూతురి ఆదరణ వారిలో కొత్త ఊపిరిని నింపాయి.

వెంకన్న మరిక ఆగలేదు. "ఈ సంతోష సమాయాన మనగూడెం కొండమ్మతల్లికి గొర్రెపోతుని మొక్కి నాటుసారాతో పండగ సేసుకోవాల" అంటూ భుజంపై తుండుగుడ్డను సవరించుకుంటూ... బయటకు దారి తీసాడు.

పవన్ వాళ్లింట్లో వుండటానికి కొంచెం ఇబ్బంది ఫీలైనా కొత్తపెళ్ళాం బాధ పడకూడదని కొన్ని రోజులు ఎలాగో సరిపెట్టుకున్నాడు. రాను రాను వారిమధ్య అలవాటు పడిపోతాననుకున్నాడేగానీ సాధ్యం కావడంలేదు. వారి వారి వేషభాషలు చాలా రోతగానూ, జుగుప్స గానూ వున్నాయి. శుచీ, శుభ్రం లేకుండా చిందరవందరగా పడివున్న వస్తువులూ... చుట్ట కంపులూ... వారంతా వచ్చి తమ దగ్గరే తిష్టవేయడం అసలు నచ్చడం లేదు. ప్రేమించి పెళ్లి చేసుకున్నందుకు భార్యనైతే భరించొచ్చు గానీ... ఆమె కుటుంబంతో బంధం అవమానంగానూ, అసహ్యం గానూ అనిపిస్తుందిప్పుడు. అదంతా తన భార్య తన వారికిచ్చిన స్వేచ్చని అర్థమైంది.

రోజురోజుకీ మానసికంగా కుమిలిపోతున్నాడు... పవన్. ఆరోజు అమ్మ చెప్పింది నిజమే."అందరిలోనూ రక్తం ఎర్రగానే వుంటుంది. అంతమాత్రాన మనుష్యులంతా ఒకేలా వుండరు. వారి కులాన్ని బట్టి, ప్రాంతాన్ని బట్టి, వారి వారి నడవడికలు, వేషభాషలు, కట్టుబాట్లు, పద్ధతులు రకరకాలుగా ఉంటాయి. నువ్వు పెరిగిన తీరు వేరు... ఆ అమ్మాయి పెరిగిన తీరు వేరు. ఇద్దరూ కలిసి ఒకే తాటి మీద నడవగలమని నువ్వనుకుంటున్నావు గానీ... తప్పటడుగు వేస్తున్నావని నేనెంత చెప్పినా నీకర్థం కావడంలేదు" అంటూ గుండెలవిసేలా అమ్మ ఎంత ఏడ్చినా ఆనాడు నా మనసెందుకు కరడు కట్టిందో...? నా భవిష్యత్తు బుగ్గిపాలు కాకూడదని అమ్మ

ఎంతగా అల్లాడిపోయిందో...? అప్పుడు అమ్మ మాటలను పెడచెవిన పెట్టబట్టి ...ఇప్పుడు ప్రత్యక్షంగా అనుభవిస్తున్నాను. మనసులో అమ్మ మాటలు వినబడుతుంటే... పశ్చాత్తాపంతో కొత్తగా ఏర్పడిన బంధాలను తెంచుకుని... అమ్మ ఒడిలోకి వాలిపోవాలని తపించిపోతున్నాడు పవన్.

దైర్యాన్ని కూడదీసుకుని బయటకు నడిచాడు. "నాన్నా నేనూ వత్తాను" అంటూ అప్పుడే మాటలొలుకుతున్న కూతురు వెంటపడుతున్నా... "ఎక్కడికి వెళ్తున్నావు" అంటూ భార్య పిలుస్తున్నా వినిపించుకునే స్థితిలో లేడు పవన్.

ఉదయాన్నే లేచి ఇంటిగుమ్మాలు తుడిచి వాకిట్లో ముగ్గులు పెట్టే అమ్మ.... పండుగ పబ్బాలకు ఎంతో నిష్ఠగా పూజలు చేసి నైవేద్యాలు పెట్టే అమ్మ... బయటకు వెళ్తుంటే నుదిటిన బొట్టు పెట్టి క్షేమంగా ఇంటికి తిరిగి రావాలని ఎదురువచ్చే అమ్మ... ఆలస్యంగా ఇంటికి వెళ్తే తనకోసం ఎదురుచూస్తూ అన్నం తినకుండా కూర్చునే అమ్మ... చిన్న జలుబు చేసినా అర్థరాత్రి కూడా నోట్లో మందు వేసే అమ్మ గుర్తుకొస్తుందిప్పుడు పవన్ కి.

బంధువుల సానుభూతిని, దెప్పిపొడుపు మాటలను తట్టుకునే శక్తి లేక... కొడుకు దుస్థితిని ఎక్కడ చూడాల్సి వస్తుందో అనే భయంతోనూ... ఊరికి దూరంగా ఉన్న శాంతి ఆశ్రమంలో దైవస్మరణ చేసుకుంటూ కాలం గడుపుతుందిప్పుడు శాంతి.

తల్లిని వెతుక్కుంటూ వెళ్లిన పవన్ కి, ఆమెను చూడగానే చంటి పిల్లాడిలా ఒడిలో పడుకుని బావురుమని ఏడవాలనిపించింది.

కొడుకుని చూసిన ఆ తల్లిలో... ఎప్పటిలా అదే వాత్సల్యం, అదే ఆదరణ, అదే ప్రేమ!

"అమ్మా నాకిక నువ్వే కావాలమ్మా!" అని ఏడుస్తున్న కొడుకుని ఓదార్చింది. "వద్దు బాబూ...! ఇప్పుడు నువ్వొక్కడివే కాదు. నీకొక కుటుంబం వుంది. వారికి అన్యాయం చేయకు. నేను నీకు వేరే అమ్మాయితో పెళ్లి చేసివుంటే... నీతోపాటు ఆ అమ్మాయా, నువ్వు ప్రేమించిన అమ్మాయా కూడా బాధపడతారని చెప్పావ.

అలాంటి అనర్థాలకు తావివ్వకూడదనే మీ ప్రేమను అర్థం చేసుకుని నిన్ను గెలిపించడం కోసం... నేను ఓడిపోయి నీవిష్టపడ్డ అమ్మాయితోనే పెళ్లి చేసి... మనవాళ్ళందరికీ దూరంగా ఈ శాంతి ఆశ్రమంలో ప్రశాంతంగా గడుపుతున్నాను".

"నీకంటూ ఒక కుటుంబం ఏర్పడ్డాకా... నువ్వు ఇలాంటి పని చేస్తే ఆ దేవుడు కూడా క్షమించడు.

"చేతులు కాలాయని... అలాగే ఉండిపోము కదా.

కాలిన గాయానికి మందు వేసుకోవాలి. గతం గతః. భవిష్యత్తుని మార్చుకోగలిగే శక్తి మీ చేతుల్లోనే ఉంది. నీకు నచ్చేటట్టు నీ కుటుంబాన్ని తీర్చిదిద్దుకుంటే... నీవున్న స్థితిని దాటడం పెద్ద కష్టమేమీ కాదు. నీ భార్య నీతో పాటూ చదువుకున్నదే కాబట్టి... నీ కూతురు ఎలాంటి వాతావరణంలో పెంచితే స్రకమంగా ఎదగగలదో... ఆలోచించి మీ ఇద్దరూ సరైన నిర్ణయం తీసుకోండి. అంతేగానీ... తప్పటడుగు వేశానని చెప్పి... ఇలా వచ్చేయడం భావ్యం కాదు. వేసిన తప్పటడుగుని సరిచేసుకున్నప్పుడే... నీ జీవితం పూలదారిగా మారగలదు." కొడుకు నుదుటిపై ప్రేమగా ముద్దాడి... భార్యాబిడ్డల దగ్గరకు వెళ్ళమని... వెనక్కి పంపించింది శాంతి!

తల్లి స్పర్శతో... ఎంతో ప్రేమగా ఇచ్చిన ఆశీస్సులతో... కొండంత బలం వచ్చినట్టయ్యింది. తప్పకుండా తన భార్యను తనవైపు మలుచుకోగలను అనే ధీమాతో వెనుతిరిగాడు పవన్...!

–(ప్రతిలిపి అంతర్జాల పత్రికలో 20.02.2019న ప్రచురించబడింది)

విధి విలాసం – విష్ణు మాయ

వైకుంఠంలోని పాలసముద్రం మీద... ఆదిశేషుడు పడగ విప్పి పరిచిన పాన్పుపై... విష్ణుమూర్తి తన సహధర్మచారిణి అయిన లక్ష్మీదేవితో ముచ్చట్లాడుతున్నాడు. అదే సమయాన...

"నారాయణ నారాయణ" అనే నామ జపంతో తంబూరను మీటుతూ... మేఘాల చాటునుంచి వస్తున్న అలికిడికి... ఆ వచ్చేది ఎవరో కనిపెట్టేసిన విష్ణుమూర్తి "అదిగో వస్తున్నారు" అంటూ... లక్ష్మివైపు క్రీగంట చూస్తూ చిరునవ్వు నవ్వాడు.

"విన్నావా లక్ష్మీ...! ఆ వచ్చేది నారదుల వారే. మళ్ళీ ఏం వార్త మోసుకొస్తున్నారో ఏమో...?"

"ఆయన గారికి పనేముంది స్వామీ...? మూడు లోకాలూ తిరుగుతూ.... ఒకచోట విషయాలు మరోచోటకు మోయడమే కదా ఆయన విధి. మన ఏకాంత సమయాన్ని కూడా అంతరాయం కలిగించడమే ఆయన గారి బుద్ధి అనుకుంటాను. ఇందులో మనకి కొత్తేముంది గనుక...?" భర్తయైన స్వామివారి పాదాలు ఒత్తుతూ అక్కసుగానే... బదులిచ్చింది లక్ష్మీదేవి.

ఇంతలో రానేవచ్చారు నారద మహాముసి. వచ్చీరాగానే... ఆ దేవతా మూర్తులకు ప్రణామాలు అర్పించారు ఎంతో భక్తిగా.

నారదుని ఆశీర్వదించి... చిన్న చిరునవ్వు నవ్వుతూ... "ఊరకే రారు..మహానుభావులు" మీకేదో సందేహం వచ్చి నేను గుర్తొచ్చి ఉంటాను. మీరు నిస్సంకోచంగా ప్రారంభించొచ్చు." అని విష్ణుమూర్తి అడగడంతో...

"మరేలేదు స్వామీ...! భూలోకంలో కపిలాపుర రాజ్యాన్ని ఏలే చంద్రకేతునికున్న రాజ్యకాంక్ష గురించే... ఆ లోకమంతా చెప్పుకుంటున్నారు.

రాజ్యకాంక్షతో అతనన్ని విజయాలు చవి చూసాడంటే... అతగాడి తెలివితేటల్ని మెచ్చుకోవాలో... జాలిపడాలో తెలియడం లేదు. నేను మీకు విన్నవించే కంటే స్వామీ...మీరొక్కసారి మనసునటు పెట్టి చూడండి. అతని వృత్తాంతం మీకళ్లముందు కనిపిస్తుంది." అని నారదుల వారు సెలవివ్వగానే... విష్ణుమూర్తి చిరునవ్వుతో... భూలోకాన చంద్రకేతునిపై దృష్టి సారించాడు.

కపిలాపురం రాజ్యానికి రాజు చంద్రకేతుడు...! తాను రాజనే అహంకారంతో... ఆ రాజ్యం చాలదన్నట్టు... దాన్ని పెద్ద రాజ్యంగా విస్తరించుకోవాలనే ఆశతో... చుట్టుపక్కలున్న పొరుగు రాజ్యాల్ని తాను దక్కించుకోవాలనే ఆలోచన వచ్చింది. అలా వచ్చీరాగానే... తన సేనాధిపతి కుసుమకేతుని పిలిచి మనసులోని మాట చెప్పాడు.

తన ప్రభువు కోరిక విని కుసుమకేతుడు ఖంగుతున్నాడు. "ప్రభూ... మీరేమీ ఆగ్రహించుకోనంటే... నాదో చిన్న సలహా అంటూ ఈ విధంగా చెప్పాడు. "అసలు మనకున్న సైనికబలం చాలా తక్కువ. పక్క రాజ్యాల్ని కబళించి స్వాధీనం చేసుకోవడం అంత సులభమైన పనేమీ కాదు. అలా సాధించాలంటే... మంచి సమర్థవంతమైన, నేర్పరితనమున్న సైనికబలం కావాలి. ఒక రాజ్యాన్ని జయించాలంటే... వ్యూహ ప్రతివ్యూహాలు, తెలివితేటలు చూపించాలి. అటువంటి సైనికబలం మనదగ్గర అంతగా లేదు. ఇటువంటి పరిస్థితుల్లో ఇలాంటి ఆలోచన ఎంతవరకూ సమంజసమో ఒకసారి మీరే పునః పరిశీలన చేయండి ప్రభూ." అంటూ సలహా ఇచ్చాడు.

అయినా... చంద్రకేతుడు తన ఆలోచనను విరమించలేదు. తన కోరికకు కార్యరూపమివ్వాలనే పట్టుదలతో... మంత్రిని పిలిచి మనసులోని మాట చెప్పి రాజ్యమంతా దండోరా వేయించమన్నాడు. ప్రతి కుటుంబం నుంచీ... యువకులు వచ్చి సైన్యంలో చేరితే... వారి కుటుంబానికి పదివేల వరహాలు బహుమతిగా ఇస్తామంటూ...!

ఆ రాజ్య పురవీధులన్నీ ఆ దండోరా మోగడంతో... యువకులంతా కదిలివచ్చారు. వారంతా చంద్రకేతుని అంచనాకి సరితూగడంతో... వారికి సరైన శిక్షణ ఇచ్చి... పొరుగు రాజ్యాలపై దండెత్తి వెళ్లి... కుంతల, మణిదీప, స్వర్ణప్రతిమ,

విశాలపుర ,దీపకల్ప, వజ్రభరణి, పుత్రగర్భ, కర్షకపూరి, మొదలగు రాజ్యాల్ని జయించి తన రాజ్యాన్ని విస్తరించుకుని... మహారాజుగా తనపేరు మారుమోగేలా మరెంతో కీర్తిప్రతిష్టలు సాధించాడు. ఇంత సాధించినా... ఇంకా రాజ్యాలు జయించాలన్నది వ్యసనంగా మారిపోయింది. మిగిలియున్న మరికొన్ని రాజ్యాలను కూడా వశపర్చుకోవాలనే ఆశతో ఉన్న ఆ చంద్రకేతుడు కళ్ళముందు కనిపించాడు విష్ణుమూర్తికి.

విష్ణుమూర్తి నారదుని వైపు చూసి... "మీరన్నది సత్యము నారదా...! భూలోకంలో చంద్రకేతునికున్న రాజ్యకాంక్ష కళ్ళారా గాంచితిమి."

"అయితే ఆ చంద్రకేతుడు ఇంకనూ రాజ్యాలు జయించాలనే అత్యాశ అతనికి సమంజసమంటారా...? సెలవివ్వండి స్వామీ...!" అంటూ అడిగాడు నారదుడు.

"నారద మహామునీ....! ఈపాటి విషయాన్ని మీరు ఎలా గమనించకపోలేదు...? మీకు సందేహాలే గానీ... బుర్ర పెట్టి కొంచెమైననూ ఆలోచించలేరా...? శివుని ఆజ్ఞను, బ్రహ్మ తలరాతను ఎవరు మాత్రం మార్చగలరు చెప్పండి. ఆ విధంగానే... చంద్రకేతుని విషయంలోనూ జరిగింది. ఇందులో తప్పొప్పులు ఎంచడానికేముంది...?"

విష్ణుమూర్తి సమాధానానికి తల తిరిగినట్టయ్యింది నారదుడికి. స్వామీ...! మీరలా శాంతంగా ఎలా చెప్పగలుగుతున్నారు ...? మీరు మరొకసారి చూడండి. భూలోకం లోని ఆ రాజ్యం వైపు. అక్కడ ప్రజల పరిస్థితి ఏ విధంగా దీనస్థితికి చేరిందో...? ఈ విషయంలో మీరేమీ చేయలేరా...?"

నారధుని ప్రశ్నకు... ఆ రాజ్య ప్రజలపై లక్ష్మీదేవి కూడా తల్లడిల్లిపోయింది. "అవును స్వామీ...! నారదుల వారి మాటల్లో న్యాయం ఉంది." అని అనగానే...

"సరే...నారదా...! ఇకపై చూడండి... చంద్రకేతుని రాజ్యం ఏవిధంగా మారబోతుందో...?" అని అభయమివ్వడంతో... నారదుడు తంబూరా మీటుతూ అక్కడనుంచి కదిలివెళ్ళాడు.

భూలోకాన... పొరుగు రాజ్యంతో యుద్ధంలో ఉన్న చంద్రకేతుడు... ఉన్నట్టుండి యుద్ధం విరమిస్తూ వెనుతిరిగాడు. అడవి గుండా వస్తూ... మార్గమధ్యలో

చాలా దప్పికగా ఉండి ఒక ముని ఆశ్రమం దగ్గర ఆగాడు. ఆ పర్ణశాలలో కనిపించిన మునితో...

"మునివర్యా... ప్రణామములు. నేను కపిలాపురం రాజ్యానికి మహారాజును. నాపేరు చంద్రకేతుడు. పొరుగు రాజ్యంపై యుద్ధానికి వెళ్లిన నాకు చాలా అలసట రావడంతో యుద్ధం చేయలేక మధ్యలోనే వెనుతిరిగి వచ్చేసాను. నాకు దాహానికి కొద్దిగా నీరు ఇవ్వగలరా...?" ప్రాధేయతగా అడిగాడు.

"చూడండి చంద్రకేతు మహారాజా...! నేనిప్పుడు వయసు రీత్యా లేవలేని స్థితిలో వున్నాను. ఇటుపక్కగా వెళ్తే నీటి కొలను ఉంది. మీ దాహార్తిని తీర్చుకుని... ఆ చేత్తోనే నాకూ దాహం తీరిస్తే సంతోషిస్తాను" అని చెప్పాడు ముని.

తాను కడుపు నిండా నీళ్లు తాగి దప్పిక తీర్చుకుని... చిన్న బొక్కెనతో నీళ్లు తెచ్చి మునికి కూడా తాగించాడు. "మీరు ఈ అనారోగ్య స్థితిలో కూడా ఒంటరిగా వున్నారు. మీకంటూ ఇక్కడ తోడుగా ఎవరూ లేరా...?" అని అడిగి... అక్కడే కొద్దిసేపు సేద తీరుతూ తాను దండయాత్రలతో ఎన్ని రాజ్యాల్ని తన రాజ్యంలో ఐక్యం చేసుకుందే చెప్పుకొచ్చాడు.

అదంతా విన్న ముని..." అవును రాజా...! మీగురించి నేను వింటూనే వున్నాను. మీకు రాజ్యకాంక్ష ఎక్కువై... మీ రాజ్యంలోని యువకులకు వరహాలను బహుమతిగా ఎరచూపుతూ సైన్యాన్ని దండిగా పోగేస్తూ యుద్ధాల్లో మునిగిపోయారు. దీనివల్ల మీ కోశాగారాలు గుల్లవ్వడమే గానీ... దానికి చేరాల్సిన నిధులేమీ చేరడం లేదన్న విషయం మీరు గ్రహించలేకపోతున్నారు. యువకులంతా మీరిచ్చే ధనానికి ఆశ పడి సైన్యంలో చేరడంవల్ల.... వృద్ధులైన వారి తల్లిదండ్రులు శక్తిని కోల్పోయి ఏ పనీ చేయలేని అనాసక్తితో వున్నారు. ఇప్పుడు నేను కూడా ఒంటరిగా మిగిలిపోవడానికి కారణమదే. ధనం సంపాదించుకోవాలనే కోరికతో నావాళ్యంతా నాకు దూరంగా వెళ్లిపోయారు. నీ రాజ్యంలో పరిస్థితి ఇలాగే కొనసాగితే... కరువు కాటకాలే గానీ... ఈసమెత్తు కూడా సుఖపడని రోజులను కోల్పోతారు. రాజ్యం చిన్నదిగా ఉన్నప్పుడే... ప్రజలకి సుఖసంతోషాలు ఇవ్వగలవు. ఖజానాలు నింపాలంటే... కండబలం ఉన్న యువకులతోనే పని చేయించుకోగలం. ఒకసారి..నీ రాజ్యానికి వెళ్లి ప్రజల స్థితిగతులు ఎలా వున్నాయో వీక్షించు" అని చెప్పిన ముని

మాటలతో జ్ఞానోదయం అయ్యింది చంద్రకేతునికి. మునివర్యులు పాదాలకు నమస్కరించి... అక్కడినుంచి తన రాజ్యానికి బయలుదేరాడు.

"నారాయణ నారాయణ "అంటూ ఈసారి పరుగెత్తుకుని వచ్చాడు. నారదుడు.

అతని రాకతో... విష్ణుమూర్తి ప్రసన్న వదనం తో నవ్వుతూ చూసాడు. లక్ష్మీదేవికైతే... అంత పరుగులెడుతూ వచ్చిన నారదుల రాకకు కారణం తెలియలేదు.

"చూసారా నారాయణా...! మీరు మరొక్కసారి భూలోకంలోని కపిలాపుర రాజ్యాన్ని వీక్షించండి...! చంద్రకేతుడు రాజ్యకాంక్షతో సంపాదించిన రాజ్యాలన్నీ ఎవరికి వారివి అప్పచెప్పేసాడు. తనదైన కపిలాపుర రాజ్యాన్ని మాత్రమే ఏలుతూ... ప్రజలంతా సుఖసంతోషాలతో మెలిగేటట్టు కన్నతండ్రి వలె చూసుకుంటున్నాడు." అంటూ చెప్తుంటే... విష్ణుమూర్తి చిరునవ్వు నవ్వుతూ తన సహధర్మచారిణి వైపు చూసి చిన్నగా కన్ను మీటడం చూసి... నారదుల వారు ఇట్టే పసిగట్టేసారు.

"కనిపెట్టేసాను స్వామీ...! చంద్రకేతుని మార్పులో మీరు కూడా ఒక మాయే కదూ...! అయితే ఆ మునివర్యులు పాత్రలో మీరెల్లి అభినయించారన్న మాట. విష్ణు మాయ లేనిదే... ఏ కార్యమూ చక్కబడదు సుమీ...!" అంటూ... విష్ణుమూర్తి, లక్ష్మీ దేవిలకు నమస్కరించి... నారదులవారు తన తంబూర మీటుతూ... నారాయణ నామజపంతో వైకుంఠం నుంచి సెలవు తీసుకున్నారు.

–

– (సాహూ మహో మాసపత్రిక సెప్టెంబర్ –అక్టోబర్ 2021)

ముక్కెర

పంతం వీడని విక్రమార్కుడు ఎప్పటిలాగే చెట్టుపై నుంచి శవాన్ని దించి భుజాన వేసుకుని శ్మశానం వైపు నడవసాగాడు మౌనంగా.

అప్పుడు శవంలోని బేతాళుడు రాజు నుద్దేశిస్తూ... "రాజా...! ఈ నిశీధి రాత్రి ఏం ప్రయోజనం ఆశించి ఈ చెట్లూ... తుప్పలు పట్టుకుని తిరుగుతున్నావో నాకైతే ఇంతవరకూ అర్థం కాలేదు. ఒక మగవాని విజయం వెనుక ఒక స్త్రీ ఉంటుందన్నది జగమెరిగిన సత్యం. అలానే ఎంతటి కష్టాన్నైనా సులువుగా చేధించవచ్చని ఓ కంసాలి భార్య దేవయాని భార్య నిరూపించింది. ఆ కథ చెబుతాను. శ్రమ తెలియకుండా విను. కథ విన్న తర్వాత నేను అడిగిన ప్రశ్నలకు సమాధానం తెలిసి కూడా చెప్పకపోతే నీ తల వేయి ముక్కలవుతుంది" అంటూ రాజును ముందుగానే హెచ్చరించి... కథను ఈవిధంగా చెప్పడం మొదలుపెట్టాడు. బేతాళుడు.

పూర్వం దేవ శిఖర రాజ్యంలో నరసింహగుప్తుడనే కంసాలి ఉండేవాడు. అతి చిన్న వస్తువునైనా ఎంతో నైపుణ్యంతో తయారుచేయడం... అతని పనితనంలో గొప్ప విశేషం. దానితో ఆ కంసాలి పేరు చుట్టు పక్కల రాజ్యాల్లో కూడా వ్యాపించింది.

ఓ రోజు ఒక దొంగ చిన్న ముక్కెరను తెచ్చి కంసాలికి అమ్మాడు. చూడగానే... చాలా అబ్బురపడ్డాడు. తానే అనుకుంటే... తనకు తలదన్నే కంసాలి ఇంకెవరో ఉన్నారన్నమాట అనుకున్నాడు...ముక్కెర తయారీ దనంలోని నైపుణ్యం చూసి. ఎంతో భద్రంగా దాచిన ఆ ముక్కెరపై కంసాలి భార్య ముచ్చటపడింది.

భర్తకు తెలియకుండా దాన్ని ఒకసారి తీసి ముక్కుకి ధరించింది. అదేమీ చిత్రమో... తన కురూపితనం పోయి నమ్మలేని రూప లావణ్యవతి అయిపోయింది

ఒక్కసారిగా. తన అందాన్ని కళ్లారా చూసుకుంటుండగానే... భర్త నరసింహగుప్తుడు ఇంట్లోకి రావడంతో... ఆ రూపం చూసి ముగ్ధుడై పోయాడు. జరిగిన విషయం తెలిసి ఆమె తన భార్యే అని తెలిసి మరింత ఆశ్చర్యపోయాడు.

నరసింహగుప్తుడు తన ఇంట్లో ఎవరో అందాల రాశిని ఉంచుకుని... భార్యను హతమార్చి వుంటాడని... అసలు విషయం తెలియని జనాలు పుకార్లతో రాజ్యమంతా గుప్పుమనిపించారు.

ఆ విషయం స్త్రీలోలుడైన చంద్రగుప్తుని చెవిన పడ్డంతో... తన సైనికులను నరసింహగుప్తుని ఇంటికి పంపించి... తక్షణం అతన్ని కొలువుకి తీసుకురమ్మని ఆజ్ఞ జారీచేశాడు.

"ఓ నరసింహగుప్తా...! నిన్ను నమ్ముకున్న ఆలిని మాయం చేసి ఎవరో సుందరాంగితో ఉంటున్నావని నీపై అభియోగం వచ్చింది. దీనికి నీ సమాధానం ఏమిటి...?" అడిగాడు రాజు.

"ఓ రాజా...! ఆమెవరో కాదు. నా భార్య దేవయానే. ఎవరో నా వద్దకు వచ్చి ముక్కెరను అమ్మియున్నారు. దానిని నా భార్య ధరించడంతో అతిలోకసుందరిగా మారిపోయింది. బహుశా అదంతా ఆ ముక్కెర మహిమ అయ్యుంటుంది." అని పూస గుచ్చినట్టుగా సెలవిచ్చాడు.

నరసింహగుప్తా...! నీవు చెప్పే కట్టుకథ నమ్ముటకు మేము అమాయకులం కాదు. రేపు ఉదయమే స్వయముగా మేమే మీ ఇంటికి వస్తాం. ఆ విషయం నా కళ్ల ముందే నిర్ధారించు అంటూ హుకుం జారీచేశాడు చంద్రగుప్తుడు. నరసింహగుప్తా తల ఆడించక తప్పలేదు.

దిగాలుగా ఇంటికి చేరిన భర్త వాలకం చూసి భార్య దేవయాని అసలు విషయం అడిగి తెలుసుకుంది.

మరునాడు ఉదయమే నరసింహగుప్తుని ఇంటి కొచ్చిన చంద్రగుప్తుడు దేవయాని సౌందర్యం చూసి... ఇటువంటి కాంత ఉండేది ఓ సాధారణ కంసాలి

ఇంటనా...? అనుకుంటూ ఆమె చేయి పట్టుకోబోయాడు. వెను వెంటనే దేవయాని ఆ ముక్కెర తీసి మండుతున్న కొలిమిలో పడవేయగానే... పూర్వరూపం వచ్చేసింది. ఆ కురూపి రూపం చూసి నిర్ఘాంతపోయాడు రాజు.

ఆ రాత్రి మరలా భర్త ముందు సౌందర్య రాశిగా దర్శనమిచ్చింది. "ఇప్పుడు చెప్పు రాజా...!

దేవయానిని చూసిన ప్రజలు ఎందుకు భార్యను హతమార్చి ఉంటాడని నరసింహగుప్తుని పై అనుమానపడ్డారు...?"

దేవయానిని చూసిన రాజు ఎందులకు ఆమె చేయి పట్టుకున్నాడు...? రాజు ఎదుట దేవయాని పూర్వరూపంలోకి ఎందుకు మారింది...? ఆ రాత్రి భర్త ఎదుట మళ్లీ సౌందర్యాన్ని ఎలా సంతరించుకుంది...?" బేతాళుడు ప్రశ్నలపై ప్రశ్నలు కురిపించాడు.

ఆ ప్రశ్నలకు రాజు చిన్నగా నవ్వుకున్నాడు.

"బేతాళా...! దేవయాని ధరించిన ముక్కెర విషయం ప్రజలకు తెలియకపోవడంతో... ఆ సౌందర్య రాశిని చూసి... నరసింహుడు భార్యను హతమార్చి... ఆ స్థానంలో ఆమెను చేరదీసాడని అపోహపడ్డారు.

ఇక రెండో ప్రశ్నకు సమాధానం... ప్రతిరోజూ కోరుకునేది తన చెంత సౌందర్య రాశి వుండాలనుకోవడమే. అటువంటి అందగత్తెను కనులారాగాంచి తాను చెరబట్టాలనే ఆలోచనతో నరసింహగుప్తుని ఇంటికొచ్చి ... ఆమె రూపానికి ముగ్ధడై చేయిపట్టుకున్నాడు.

పోతే మూడో ప్రశ్నకు సమాధానం... స్వతహగా అందవికారి అయిన దేవయాని సౌందర్యంపై ఆశతో దాన్ని దక్కించుకోవాలనుకుంది. రాజు చేయి పట్టుకోబోతుండగా అతన్నుంచి రక్షణకై ముక్కెరను తీసి మండుతున్న కొలిమిలో పడవేసి పూర్వరూపాన్ని పొందినా గానీ... పడవేసిన ఆ ముక్కెర నకిలీదే గానీ అసలైనది కాదు.

"ఆఖరి ప్రశ్నకు నా సమాధానం ఏమంటే... రాజుకి కనుగప్పి దాచేసిన ముక్కెరను ఇకపై రాత్రి మాత్రమే ధరించాలని నిర్ణయం తీసుకుని... తన భర్తకు సౌందర్యా రాశిగా కనిపించింది."

రాజు నుంచి సరైన సమాధానం రావడంతో... రాజుకి ఈ విధంగా మౌనభంగం కలగగానే... బేతాళుడు శవంతో సహ మాయమై తిరిగి చెట్టెక్కాడు.

(గో తెలుగు అంతర్జాల పత్రిక, 15.11.2019)

KASTURI VIJAYAM

00-91 95150 54998
KASTURIVIJAYAM@GMAIL.COM

SUPPORTS

- PUBLISH YOUR BOOK AS YOUR OWN PUBLISHER.

- PAPERBACK & E-BOOK SELF-PUBLISHING

- SUPPORT PRINT ON-DEMAND.

- YOUR PRINTED BOOKS AVAILABLE AROUND THE WORLD.

- EASY TO MANAGE YOUR BOOK'S LOGISTICS AND TRACK YOUR REPORTING.